LỄ CÚNG DƯỜNG PHẬT DƯỢC SƯ LƯU LY QUANG NHƯ LAI TRONG MẬT TÔNG

Ấn bản lần thứ ba năm 2017 (có sửa chữa và hiệu đính).
Thành phần ban dịch kinh sách do Trung Tâm Văn Thù Sư Lợi tại Longueuil, Québec, Canada như sau:
- Tạng ngữ do chư tăng: Ngawang Nyendak và Geshe Norbu Phuntsok.
- Việt ngữ do Sonam Nyima Chân Giác (Ly Bui).
- Bản dịch Anh và Pháp ngữ đã được xuất bản trước, không rõ tác giả.

Hình bìa xin được từ trang nhà của mạng http://www.buddhahouse.org/.

Third Edition in 2017 (with modifications).
Composition of the translation group from Manjushri Center, Longueuil, Quebec, Canada:
- Tibetan scriptures by the following monks: Ngawang Nyendak and Geshe Norbu Phuntsok.
- Vietnamese translation by Sonam Nyima Chân Giác.
- English and french translations are from pre-published versions unknown author.

The book cover picture is gratefully obtained from Internet site http://www.buddhahouse.org/.

Troisième Édition en 2017 (avec corrections).
Composition du groupe de traduction du Centre Manjushri, Longueuil, Québec, Canada:
- Les écritures tibétaines par les moines: Ngawang Nyendak et Geshé Norbu Phuntsok.
- Traduction en Vietnamien par Sonam Nyima Chân Giác.
- Les traductions en anglaise et française ont été pré-publiées auparavant dont les auteurs sont inconnus.

La photographie de la page couverture a été obtenue gracieusement de la site d'internet http://www.buddhahouse.org/.

LỄ CÚNG DƯỜNG PHẬT DƯỢC SƯ LƯU LY QUANG NHƯ LAI TRONG MẬT TÔNG

༄༅། །བཅོམ་ལྡན་འདས་སྨན་བླའི་མདོ་ཆོག་སྙིང་པོ་
བསྡུས་པ་ཡིད་བཞིན་ནོར་བུ་ཞེས་བྱ་བ་བཞུགས་སོ། །

**Kinh Tinh Yếu Cúng Dường Đức Bạt Già Phạm
Phật Dược Sư tôn xưng Như Ý Châu
The Concise Essence Sutra Ritual of Bhagavan
Medicine Buddha called the Wish-Fulfilling Jewel
L'essence condensée du Soutra du Bhagavan Bouddha de
la Médecine:** *Le Joyau qui Exauce les Souhaits*

ན་མོ་གུ་རུ་མུ་ནི་ཨིནྡྲ་ཡ། །གང་གི་མཚན་ཙམ་ཐོས་པའི་ཆུ་རྒྱུན་གྱིས། །

namo guru muni indra ya   gang gi tsen tsam tö pi chü gyün gyi
      Chỉ nghe hồng danh Ngài đã khởi lên dòng suối mát,
       The river of merely hearing your names,
      Simplement le fait d'entendre vos noms, cette rivière,

མནར་མེད་མེ་ཡང་རབ་བསིལ་པད་མཚོ་ལྟར། །

nor med me yang rab sil ped tso lhar
Biến ngọn hỏa diệm ngục A tỳ hóa thành ao sen mát dịu.
Makes even Avici's hell-fires cool as lotus pond.
Transforme même le brasier de l'enfer d'Avici en un frais lac de lotus.

བསྒྱུར་མཛད་སྙིགས་མའི་མགོན་པོ་བདེ་གཤེགས་བདུན། །

gyür dzed nyig mi gön po de sheg dün
Bảy đấng Thiện Thệ, chư vị là chư Hộ Pháp trong thời mạt pháp,
Protectors in Degenerate Times, Seven Sugatas,
Protecteurs des Temps Dégénérés, les sept Sougatas,

ཤཱཀྱའི་ཏོག་དང་བཅས་པའི་ཞབས་བཏུད་ནས། །

shakyi tog dang che pi zhab tüd ne
Đệ tử đảnh lễ dưới chân vị giáo chủ dòng Thích Ca.
And Head of the Shakyas to your feet I bow.
Et le chef des Shakyas, à vos pieds, je m'incline.

མཆོག་དམན་བྱ་བས་གཡེངས་ཞིང་རྣམ་སྤྱོད་ཀྱིས། །

chog men ja we yeng shing nam chöd kyi
Ngài đã bỏ thời gian để hoằng hóa Phật sự lớn nhỏ,
And distracted by activities of varying importance,
Distrait par des activités d'importances diverses,

སྙིགས་མའི་རྒྱལ་བ་བདུན་གྱི་རྣམ་ཐར་ལ། །

nyig mi gyal wa dün gyi nam tar la
Lợi ích cho đệ tử và chúng sinh phát lòng tin tâm
To benefit myself and those with faith in
de façon à bénéficier à moi-même et à tous ceux qui ont foi

མོས་པའི་བློ་ལྡན་དགའ་ལཽང་ཕན་པའི་ཕྱིར། །

mö pi lo dan ka lawang pen pi chir
đến bảy đấng Thiện Thệ của thời Mạt pháp mà kinh sách đã kể lại,
the Seven Buddhas For Degenerate Times life stories,
dans le récit des vies des sept Bouddhas des Temps Dégénérés,

མདོ་མཆོག་བདུད་རྩིའི་ཡང་ཞུན་སྙིང་པོ་འདྲི། །

do chog düd tsi yang zhün nying po dri
Tôi sẽ tóm lược cốt tủy của kinh Thần Thực trong Kinh Lễ Cúng Dường Phật Dược Sư này.
I'll condense the ambrosia sutra ritual to its molten essence.
Je vais concentrer le nectar du rituel des Soutras
Je vais condenser le rituel de l'ambroisie du soutra à son essence première.

འདིར་སྐྱབས་མའི་དུས་སུ་མགྲོན་བྱིན་བརྡབས་ཆེས་ཆེར་རྒྱུར་བར་འཕགས་པའི་ལྐགས་ཀྱི་འགྱུར་བས་ཞལ་གྱིས་བཞེས་པ།

སྐྱབས་མའི་མགོན་པོ་བདེ་གཤེགས་བདུན་གྱི་སྒྲུབས་དམ་བསྐུལ་བའི་སྙིང་པོའི་ཡང་སྙིང་རྣམས་སུ་ལེགས་པར་འདོད་པས།

མདོ་ཆོག་ནས་འབྱུང་བའི་སྦྱོར་བ་རྣམས་སྙིན་ཏུ་བདུད་སྐྱབས་འགྲོ་སེམས་བསྐྱེད་རྒྱུད་དང་འདྲེས་རིས་པ་བྱས་ཏེ་འདི་ལྟར།

(Vì Đấng Thánh Trí Giác Ngộ Phật đã tuyên dương chắc chắn rằng thần lực và hộ trì của Đức Phật Dược Sư càng mạnh và nhanh chóng hơn trong thời mạt pháp nên chúng ta một lòng tin nhận). Chúng nhân nào muốn hành trì nghi thức Kinh tinh yếu cúng dường này để cầu sự hộ trì từ tâm của Bảy Đấng Thiện Thệ Hộ Pháp trong thời mạt pháp, trước hết phải hành trì phần sửa soạn như trong Kinh dạy, rồi hoàn toàn quán tưởng đắm mình trong tâm thức Quy Y và Phát Bồ Đề Tâm, sau đó tụng Kinh như sau:)

(Since Arya Buddha's proclamation that the Medicine Buddha's power and blessings are greater and swifter in degenerate times is infallible, we accept it. One who wishes to perform this quintessential ritual for invoking the heart commitment of Degenerate Time's Protectors, the Seven Sugatas, having already made preparations as described in the Sutra Ritual, fully infusing the mind with refuge and bodhicitta, one should recite as follows:)

(L'Arya Bouddha a proclamé que le pouvoir et les bénédictions des Bouddhas de la Médecine sont plus grands et plus prompts durant les Temps Dégénérés. Puisque cette proclamation est définitive, nous l'acceptons. Celui qui souhaite réciter ce suprême rituel de soutra pour invoquer l'engagement de coeur des Protecteurs des Temps Dégénérés, les sept Sougatas, une fois accompli les préparations telles que décrites dans le Rituel de Soutra, infusant complètement son esprit de la pensée du Refuge et de l'esprit de Bodhicitta, devrait réciter comme suit:)

QUY Y – REFUGE

sang-gyä ch'ö-d'ang tsog-kyi ch'og-nam-la
Cho đến khi đạt đến giác ngộ, đệ tử xin quy y
Until I am enlightened I take refuge
Jusqu'à mon éveil, Je prends refuge

j'ang-chub b'ar-d'u dag-ni kyab-su-ch'i
Tam Bảo Phật, Pháp và Tăng,
In the Buddha, the Dharma and the Highest Assembly,
Dans le Bouddha, le Dharma et l'Assemblée Suprême,

dag-gi jin-sog gyi-pai so-nam-kyi
Nương nhờ công đức hạnh bố thí ba la mật và các ba la mật khác,
From the virtous merit that I collect by praticing giving and other perfections,
Grâce aux mérites vertueux accumulés par la pratique de la générosité et les autres perfection,.

dro-la p'än-ch'ir sang-gyä drub-par-shog
Đệ tử xin nguyện đạt đến giác ngộ để cứu độ mọi chúng sinh.
May I attain the state of a Buddha to be able to benefit every sentient beings.
Puissé-je atteindre l'état de Bouddha pour le bienfait de tous les êtres.

TỨ VÔ LƯỢNG TÂM – THE FOUR IMMEASURABLES LES QUATRE INCOMMENSURABLES

sem chen tam che de wa dang de wi gyur dang den par gyur chig
Xin nguyện cho mọi chúng sinh an lành và tạo nhân để được an vui.
May all sentient beings have happiness and the cause of happiness.
Puissent tous les êtres posséder le bonheur et la cause du bonheur.

sem chen tam che dug ngel dang dug ngel gyi gyur dang drel war gyur chig
Xin nguyện cho mọi chúng sinh giải thoát khỏi khổ đau và tiêu trừ các nhân tạo khổ đau,
May all sentient beings be free from suffering and the cause of suffering.
Puissent tous les êtres être libérés de la souffrance et des causes de la souffrance.

སེམས་ཅན་ཐམས་ཅད་སྡུག་བསྔལ་མེད་པའི་བདེ་བ་དང་མི་འབྲལ་བར་གྱུར་ཅིག

sem chen tam che dug ngel med pi de wa dang mi drel war gyur chig

Xin nguyện cho mọi chúng sinh không lìa an vui, tức là không có khổ đau,
May all sentient beings not be separated from the happiness that is without suffering.
Puissent tous les êtres ne jamais être séparés du bonheur c'est à dire sans souffrance.

སེམས་ཅན་ཐམས་ཅད་ཉེ་རིང་ཆགས་སྡང་གཉིས་དང་བྲལ་བའི་བཏང་སྙོམས་ལ་གནས་པར་གྱུར་ཅིག

sem chen tam che nye ring chag dang nyi dang drel wi tang nyom la ne par gyur chig. (3X)

Xin nguyện cho mọi chúng sinh trụ trong hạnh xả, không chấp thủ và sân hận (đối với những chúng sinh) xa gần. (3X)
May all sentient beings abide in equanimity, free of attachment and hatred (for those held) close and distant. (3X)
Puissent tous les êtres demeurer dans l'équanimité, sans attachement ni aversion (envers ceux qui leur sont) proches ou distants. (3X)

LỄ CÚNG DƯỜNG PHẬT DƯỢC SƯ
PRAYERS TO THE MEDICINE BUDDHA
PRIÈRES AU BOUDDHA DE LA MÉDECINE

Quán tưởng Công Đức Điền - Visualisation of the Merit Field - Visualisation du Champs de Mérite

མཆོག་བདེན་རྒྱལ་བ་སྲས་བཅས་བྱིན་བརླབས་དང་། །

chog den gyal wa se che jin lab dang

Qua oai lực của chân lý tối thượng của
Through power of supreme truth of the
Par le pouvoir de la vérité suprême des

ཚོགས་གཉིས་མངའ་ཐང་ཆོས་དབྱིངས་དག་པའི་མཐུས། །

tsog nyi nga tang chö jing dag pi tü
chư Phật và chư Bồ Tát hộ trì,
Buddhas and Bodhisattvas' blessings,
Bénédictions des Bouddhas et Bodhisattvas,

ཞིང་འདི་བདེ་བ་ཅན་ལྟར་སྣོད་བཅུད་ཀྱི། །

zhing di de wa chen tar nöd chüd kyi
Và oai lực của nhị tư lương[1] cùng Pháp giới thanh tịnh,
Might of the two collections and Dharmadhatu's purity,
Le pouvoir des deux collections et de la pureté du Dharmadhatu,

སྲིད་ཞིའི་ཕུན་ཚོགས་འདོད་དགུའི་འབྱོར་གྱུར་ཅིག །

sid zhi pün tsog död güi jor gyür chig
Với tất cả các hạnh thù thắng của ta bà và Niết Bàn, như trong cõi Cực Lạc.
With all samsara and nirvana's desirable perfections like Sukhavati.
Avec toutes les perfections désirables du samsara et nirvana, comme Soukhavati.

རིན་ཆེན་ས་གཞི་ལྗོན་ཤིང་ཆུ་མཚོས་བརྒྱན། །

rin chen sa zhi jön shing chü tsö gyen
Mặt đất đầy châu báu, trang nghiêm với cây và hồ nước,
Jeweled ground adorned with trees and ponds,
Le sol est fait de joyaux, orné d'arbres et de lacs,

གསེར་དངུལ་མུ་ཏིག་བྱེ་མ་གྲམ་བུར་བདལ། །

ser ngül mü tig je ma dram wür dal
Đáy hồ bao phủ bằng vàng ròng, bạc và ngọc trai,
Bottoms covered with gold, silver and pearl dust,
Dont les fonds sont recouverts d'or, d'argent et de poudre de nacre,

---

[1] Nhị tư lương là hai tích tụ bao gồm công đức và trí tuệ.

མེ་ཏོག་བཅལ་བཀྲམ་མཚན་ལྡན་དྲི་བསུང་དང་། །

me tog chal tram tsen den dri süng dang
Mặt đất trải đầy hoa và trầm hương thơm lừng,
Flowers strewn and sandalwood fragrance rising,
Des guirlandes de fleurs et des parfums de bois de santal qui s'élèvent,

ལྷ་མའི་ལོངས་སྤྱོད་ཀུན་བཟང་མཆོད་པས་ཁྱབ། །

lha mi long chöd kün zang chöd pe kyab
Nhân gian và chư thiên hoan hỷ, nơi nơi tràn ngập phẩm vật cúng dường Phổ Hiền Bồ Tát
Human and divine enjoyments, Samantabhadra's offerings everywhere.
Les plaisirs des dieux et des humains et les offrandes de Samantabhadra sont partout présents.

དེར་ནི་ཡིད་འོང་ནོར་བུའི་ཕོ་བྲང་དབུས། །

der ni yid wong nor büï po drang wü
Nơi đó, chính giữa cung điện đẹp ngời bằng châu báu,
There, in a charming jeweled palace's center,
Là, au centre d'un charmant palais fait de joyaux,

པདྨོ་སིང་ཁྲིར་རྒྱལ་བ་སྲས་བཅས་རྣམས། །

pedmo sing trir gyal wa ses che nam
Chư Phật và chư Bồ Tát ngự trên ngai sư tử.
On lotus and lion-throne, Buddhas and Bodhisattvas abide.
Sur un trône de lotus porté par des lions, Bouddhas et Bodhisattvas résident.

བཞུགས་ནས་གཟུངས་རིག་མོས་སྟོབས་ཀྱིས་བསྐྲུན་པའི། །

zhüg ne züng rig mö tob kyi trün pi
Xin nguyện cho cung điện tràn đầy biển mây phẩm vật cúng dường,
May it be filled with oceans of offering clouds,
Puisse ce palais se remplir d'océans de nuages d'offrandes qu'ils apprécient,

chöd trin gya tsö gang zhing chöd gyür chig
Hóa sinh từ oai lực của thần chú, thiền định và nguyện hạnh chư tôn đức hoan hỷ.
Born through force of mantra, samadhi and aspiration which they enjoy.
Manifeste par la force des mantras, du samadhi et de l'aspiration.

nyig mi gön po tse den de sheg dün
Bảy đấng Thiện Thệ là chư Hộ Pháp từ bi của thời mạt pháp,
Degenerate times' compassionate Protectors, Seven Sugatas,
Protecteurs compassionnés des Temps Dégénérés: les Sept Sougatas,

tüb wang tam chö jang sem ka död che
đức Phật Thích Ca Mâu Ni, Thánh Pháp, chư Bồ Tát, và chư Hộ Pháp.
Buddha Shakyamuni, Holy Dharma, Bodhisattvas, and Guardians.
Bouddha Shakyamouni, Saint Dharma, Bodhisattvas et Gardiens. Afin de

dag sog kyöb chir gön kyab büng nyen dü
Xin hộ trì chúng con và mọi chúng sinh, thỉnh chư tôn làm vị Y Chỉ và là đấng Hộ Pháp Quy Y,
To protect me and others, invited as support and Protector Refuge,
protéger moi-même et les autres, invités comme Soutien et Refuge-Protecteur,

chen drin dir sheg den dzöm jin lab dzöd
Xin thị hiện vân tập nơi đây, và ban cho chúng con cảm ứng hộ trì.
May you come here, gather, and grant your blessings.
Veuilliez venir ici, vous rassembler et accorder vos bénédictions.

Thất Chi Nguyện - Seven Limbs Prayer - Prière de sept branches

བཀའ་དྲིན་མཉམ་མེད་རྩ་བའི་བླ་མ་དང༌། །

ka drin nyam med tsa wi la ma dang
Là Bổn Sư từ bi vô song, là vị Vua của dòng Thích,
Root Guru whose kindness is without equal, King of the,
Maître-racine dont la bonté est sans égale, Roi des

ཤཱཀྱའི་རྒྱལ་པོ་འཇམ་དབྱངས་ཞི་མཚོ་སོགས། །

shakyi gyal po jam yang zhi tso sög
Văn Thù Sư Lợi, Tịch Hộ và chư tổ,
Shakyas, Manjushri, Shantarakshita, and so on,
Shakyas, Manjoushri, Shantarakshita et les autres,

ཟབ་མོའི་མདོ་འདི་ཕྱག་མཚན་བཞེས་པ་ཡི། །

zab moï do di chag tsen zhe pa yi
Chư vị mang trong tay quyển kinh thâm diệu này,
Holding in their hands this profound sutra,
Qui tenez dans vos mains ce très profond Soutra,

དངོས་བརྒྱུད་བླ་མ་རྣམས་ལ་ཕྱག་འཚལ་ལོ། །

ngö gyüd la ma nam la chag tsel lo[2]
Đệ tử xin đảnh lễ dòng truyền thừa của chư Bổn Sư.
To the direct and lineage Gurus I prostrate.
Devant les Maîtres directs et de la lignée je me prosterne.

ཉམ་ཐག་འགྲོ་རྣམས་སྒྲོལ་བའི་ཐུགས་རྗེ་ཅན། །

nyam tag dro nam dröl wi tüg je chen
Trước chư tôn từ bi giải thoát chúng sinh đọa trong nẻo ác,
To compassionate ones who liberate destitute beings,
Devant les Compassionnés qui libèrent les êtres destitués,

བདེ་གཤེགས་བདུན་དང་ཐུབ་དབང་དམ་པའི་ཆོས། །

---

[2] Đệ nhất nguyện: tán thán và đảnh lễ - First limb: praise and prostrations - Première branche: Éloges et prosternations

9

de sheg dün dang tüb wang dam pi chö
Bảy đấng Thiện Thệ, đức Phật Thích Ca Mâu Ni và Thánh Pháp,
Seven Sugatas, Buddha Shakyamuni and Holy Dharma,
Sept Sougatas, Bouddha Shakyamouni, Saint Dharma,

jam pal kyab dröl sang dag tsang wang dang
Văn Thù Sư Lợi, Địa Tạng[3], Kim Cang Mật Tích, Phạm Thiên và Đế Thích,
Manjushri, Kyab Dröl, Vajrapani, Brahma and Ishvara,
Manjoushri, Kyab Dröl, Vajrapani, Brahma et Ishvara,

gyal chen nöd jin nam la chag tsel lo
Và chư Đại Vương cùng chư Dạ Xoa[4], đệ tử xin đảnh lễ.
And the Maharajas and Yakshas, I prostrate.
Et les Maharajas et les Yakshas, je me prosterne.

ngö sham züng rig mö tob kyi trül pi[5]
Đệ tử tích tụ các phẩm vật cúng dường, hiện bày và quán tưởng,
I make all collections of offerings, actually arranged and emanated,
Je présente toutes les collections d'offrandes, réellement arrangées et émanées,

chöd tsog kün bül dig tüng tam ched shag
Qua oai lực của thần chú, thiền định và nguyện hạnh,
Through force of mantra, samadhi and aspiration,
Par la force des mantras, du samadhi et de l'aspiration,

ge la yi rang kül zhing söl wa deb[6]

---

[3] Địa Tạng Bồ Tát, Tạng ngữ là Kyab Dröl.
[4] Chư Dạ Xoa trong kinh Dược Sư bao gồm mười hai vị Dạ Xoa thần tướng đã phát nguyện hộ trì kinh Dược Sư.
[5] Đệ nhị nguyện: cúng dường - Second limb: offerings - Deuxième branche: offrandes.
[6] Đệ tam và đệ tứ nguyện: sám hối và tùy hỷ - Third and fourth links: confessions and rejoycing - Troisième et quatrième branche: confessions et réjouissance.

Sám hối các điều phạm giới và các ác nghiệp, hoan hỷ tất cả các thiện nghiệp,
Confess all downfalls and negativities, rejoice in virtues,
Je confesse toutes mes fautes et négativités, je me réjouis de la vertu.

འདིས་མཚོན་དགེ་བ་བྱང་ཆུབ་ཆེན་པོར་བསྔོ། །

di tsön ge wa jang chüb tsen por ngo[7]

Cầu xin, khẩn nguyện, hồi hướng các công đức để đạt giác ngộ tối thượng.
Request, beseech and dedicate virtues such as these to great enlightenment.
Je fais la requête, je supplie et je dédie les vertue telles celles-ci au grand éveil.

Kỳ nguyện - Requests - Supplications

བཅོམ་ལྡན་གདན་བཛོམ་ཆེན་པོ་དགོངས་སུ་གསོལ། །

chöm den den dzom chen po gong sü söl

Xin chư Bạt Già Phạm từ niệm chúng con!
Great Bhagavan assembly, pray, listen!
Grande Assemblée des Bhagavans, je vous prie, écoutez-moi!

བདེ་གཤེགས་བདུན་གྱི་སྔོན་གྱི་སྨོན་ལམ་དག །

de she dün gyi ngön gyi mön lam dag

và cầu xin bẩy đấng Thiện Thệ, như chư vị đã hứa,
Seven Sugatas just as you promised,
Sept Sougatas, puisque vous avez promis,

ཤཱཀྱའི་བསྟན་པ་ལྔ་བརྒྱའི་ཐ་མ་ལ། །

shakyi ten pa nga gyi ta ma la

Xin cho các nguyện hạnh quá khứ của chư vị thành tựu,
Your previous prayers will be fulfilled,
Que vos prières du passé s'actualiseront,

འགྲུབ་པར་འགྱུར་བ་ཞལ་གྱིས་བཞེས་པ་བཞིན། །

drüb par gyür wa zhel gyi zhe pa zhin

---

[7] Đệ ngũ, đệ lục và đệ thất nguyện: cầu chuyển pháp luân, cầu trụ thế và hồi hướng - Fifth, sixth and seventh limbs: request to turn the dharma wheel, beseech to stay and dedication - Cinquième, sixième et septième branches: requête de tourner la roue du dharma, supplique de ne pas passer au Nirvana et dédicace.

Trong thời cuối của đức Phật Thích Ca Mâu Ni trụ thế,
During Shakyamuni's Teachings final period,
À la fin de l'ère des Enseignements de Shakyamouni,

བདག་ལ་བདེན་བ་མངོན་སུམ་བསྟན་དུ་གསོལ། །

dag la den ba ngön sum ten dü söl
Cầu xin chứng tỏ cho chúng con là đúng như vậy!
Pray show me in actuality it is true!
Priez de me montrer qu'il en est vraiment ainsi!

Đảnh lễ - Prostrations - Prosternations

1. THIỆN DANH XƯNG CÁT TƯỜNG VƯƠNG THẾ TÔN.
BHAGAVAN RENOWNED GLORY OF EXCELLENT SIGNS.
BHAGAWAN GLOIRE RENOMMÉE AUX SIGNES EXCELLENTS.

བཅོམ་ལྡན་འདས་དེ་བཞིན་གཤེགས་པ་དགྲ་བཅོམ་པ་ཡང་དག་པར་རྫོགས་པའི་སངས་རྒྱས་མཚན་ལེགས་པར་ཡོངས་གྲགས་དཔལ་གྱི་རྒྱལ་པོ་ལ་ཕྱག་འཚལ་ལོ།།

[chöm den de de zhin she pa dra chöm pa yang dag par dzog pi sang gye tsen leg par yöng dred pal gyi gyal po la chag tsel lo
Trước đấng Thế Tôn Như Lai Tam Miệu Tam Bồ Đề Thiện Danh Xưng Cát Tường Vương, đệ tử qùy xin đảnh lễ,
To Bhagavan Tathagata Arhate Samyak Sambuddha Renowned Glory of Excellent Signs, I prostrate,
Devant le Bhagawan Tathagata Arhat, Éveillé Parfait Suprême Gloire Renommée aux Signes Excellents, je me prosterne,

མཆོད་དོ་སྐྱབས་སུ་མཆིའོ། །

chöd do kyab sü chiö] (1,3,7 x)
cúng dường và quy y. (1,3,7x)
offer and go for refuge. (1,3,7x)
je fais des offrandes et je prends refuge. (1,3,7 x)

ཞེས་ལན་བདུན་བརྗོད།   དེ་བཞིན་དུ་འོག་མ་རྣམས་ལ་ཡང་རེ་གནས་བགྲོའོ།།

(Tib: Tsen Leg Pa Yong Drag Pel Gyi Gyel Po, Sanskrit: Suparikirtitanamashriraja)

ser gyi dog chen kyab jen chag gya chen
Thân kim sắc, tay bắt ấn truyền pháp quy y,
Golden in color with mudra of granting refuge,
De couleur or, faisant le moudra d'accorder le refuge,

mön lam gyed drüb tsog nyi pal gyi jid
Thành tựu tám lời nguyện, oai nghi với hai tích lũy rạng ngời,
Accomplished eight prayers, majestic with two accumulations' glory,
Accompli huit prières et majestueux avec les deux accumulations glorieuses,

zhen gyi mi tüb zhing gi pel gyür pi
Đấng Vinh Quang của Phật quốc Vị Tằng Hữu Đạt,
Glorious One of the Buddha-field Unconquered By Others,
Glorieux de la terre de Bouddha Que Nul Autre n'a Conquis,

tsen leg yong drag pal la chag tsel lo
Trước đấng Thiện Danh Xưng Cát Tường Vương Như Lai, đệ tử quỳ xin đảnh lễ
To Tsen Leg Yong Drag Pel I prostrate.
Devant Gloire Renommée aux Signes Excellents je me prosterne.

Kệ tụng Thất Chi Nguyện cúng dường Thiện Danh Xưng Cát Tường Vương Như Lai - Seven limbs prayer to Tathagata Renowned Glory of Excellent Signs - Prière de sept branches au Tathagata Gloire Renommée aux Signes Excellents

tsen gyi me tog gye shing dag pa la
Thân trang nghiêm mang đầy tướng tốt chính và tịnh khiết,
In flowers of the major marks flourishing and pure,
Fleuri d'une profusion de marques majeures, immaculées,

དཔེ་བྱད་བཟང་པོའི་འབྲུ་ཆགས་མཛེས་པའི་སྐུ། །

pe jeg zang poï drü chag dze pi kü
Bao quanh bởi nhiều tướng tốt phụ, thân Ngài thật đẹp,
Anthers of minor signs, such beautiful body,
Avec des étamines de signes mineurs, tel corps magnifique,

གང་གིས་མཐོང་ཐོས་དྲན་པའི་དཔལ་གྱུར་པ། །

gang gi tong tö dren pi pal gyür pa
Chúng sinh nào thấy, nghe và nghĩ về Ngài liền được quang vinh.
One who sees, hears or thinks of you is glorified.
Ceux qui vous voient, vous entendent et vous remémorent en sont glorifiés.

མཚན་ལེགས་ཡོངས་གྲགས་དཔལ་ལ་ཕྱག་འཚལ་ལོ། །

tsen leg yong drag pal la chag tsel lo
Trước đấng Thiện Danh Xưng Cát Tường Vương Như Lai, đệ tử quỳ xin đảnh lễ.
To Tsen Leg Yong Drag Pel I prostrate.
Devant Gloire Renommée aux Signes Excellents je me prosterne.

དངོས་བཤམས་གཟུངས་རིག་མོས་སྟོབས་ཀྱིས་སྤྲུལ་པའི། །

ngö sham züng rig mö tob kyi drül pi
Đệ tử tích tụ các phẩm vật cúng dường, hiện bày và quán tưởng,
I make all collections of offerings, actually arranged and emanated,
Je présente toutes les collections d'offrandes, réellement arrangées et émanées,

མཆོད་ཚོགས་ཀུན་འབུལ་སྡིག་ལྟུང་ཐམས་ཅད་བཤགས། །

chöd tsog kün bül dig tüng tam ched shag
Qua oai lực của thần chú, thiền định và nguyện hạnh,
Through force of mantra, samadhi and aspiration,
Par la force des mantras, du samadhi et de l'aspiration,

དགེ་ལ་ཡི་རང་བསྐུལ་ཞིང་གསོལ་བ་འདེབས། །

ge la yi rang kül zhing söl wa dep
Sám hối các điều phạm giới và các ác nghiệp, hoan hỷ tất cả các thiện nghiệp,
Confess all downfalls, negativities, rejoice in virtues,

Je confesse toutes mes fautes et négativités, je me réjouis de la vertue,

བདིས་མཚོན་དགེ་བ་བྱང་ཆུབ་ཆེན་པོར་བསྔོ། །

di tsön ge wa jang chüb tsen por ngo
Cầu xin, khấn nguyện, hồi hướng các công đức để đạt giác ngộ tối thượng.
Request, beseech and dedicate virtues such as these to great enlightenment.
Je fais la requête, je supplie et je dédie les vertue telles celles-ci au grand éveil.

Kỳ Nguyện - Requests - Supplications

རྒྱལ་བའི་མཚན་ཐོས་དྲན་བརྗོད་ཕྱག་མཆོད་མཐུས། །

gyal wi tsen tö dren jöd chag chöd tü
Nhờ oai lực công đức nghe hồng danh của đấng Thế Tôn,
Through force of hearing the Conqueror's name,
Par la force d'entendre le nom du Conquérant, de le prononcer,

བདག་ཅག་ལ་སོགས་སེམས་ཅན་གང་དང་གང་། །

dag chag la sog sem chen gang dang gang
Tụng hồng danh, nghĩ nhớ, đảnh lễ và cúng dường,
Expressing it, remembering, prostrating and offering,
D'en exprimer, de faire des prosternations et des offrandes,

ནད་རིམས་ག་ཞེད་བྱེད་སྡིག་ཅན་གདོན་ལས་ཐར། །

ned rim shed jed dig chen dön le tar
Xin nguyện cho mọi chúng sinh như chúng con được giải thoát,
May all sentient beings such as ourselves be freed from,
Puissent tous les êtres comme nous-mêmes être libérés,

དབང་པོ་ཀུན་ཚང་སྡུག་བསྔལ་སྡིག་རྒྱུན་ཆད། །

wang po kün tsang düg ngal dig gyün ched
ra khỏi bệnh dịch, hành hình, tội ác, ma quỷ,
epidemics, execution, criminals, spirits,
des épidémies, des exécutions, des criminels, des esprits,

དངན་འགྲོར་མི་ལྟུང་ལྷ་མིའི་བདེ་བ་མྱོང༌། །

ngen dror mi tüng lha mi de wa nyong

Thọ thân người đầy đủ căn quan, khổ đau và ác nghiệp tiêu trừ

Have faculties fully complete, suffering and negativities continuum cut,

Avoir des facultés entières et complètes, Que soit coupée le continuité de la souffrance et des négativités,

བཀྲེས་སྐོམ་དབུལ་འཕོངས་ཞི་ཞིང་འབྱོར་གྱུར་ཅིག །

tre köm ül pong zhi zhing jor gyür chig

Không đọa trong nẻo ác, chứng được an vui của cõi nhân thiên,

Not fall to lower realms, experience happiness of humans and gods,

Qu'ils ne descendent pas dans les royaumes inférieurs, mais goûtent au bonheur des dieux et des hommes,

བཅིངས་དང་བརྡེགས་སོགས་ལུས་ཀྱི་གདུང་བ་མེད། །

ching dang deg sog lü kyi düng wa med

Không bị ám bởi đói khát, nghèo khổ, xin nguyện cho được giàu có,

And hunger thirst and poverty pacified, may there be wealth,

Puisse la faim, la soif, la pauvreté s'apaiser et les richesses se développer,

སྟག་སེང་སྦྲུལ་གྱིས་འཚེ་བྲལ་ཐབ་རྩོད་ཞི། །

dag seng drül gyi tse drel tab tsöd zhi

Không bị hành hạ thân như bị trói và đánh đập,

No torments of body such as bindings and beatings,

Épargnés des supplices du corps tels ceux d'être ligoté et battu,

བྱམས་པའི་སེམས་ལྡན་ཆུ་ཡིས་བཀྲག་རྣམས་ཀྱང༌། །

jam pi sem den chü yi trag nam kyang

Không bị nạn hổ, sư tử và rắn, mọi tranh chấp được an hoà,

Without harm of tigers, lions and snakes, conflict pacified,

Libre du danger des tigres, des lions et des serpents, puissions-nous vivre sans conflits,

དབུགས་བྱིན་འཇིགས་མེད་བདེ་བར་བསྐྱལ་གྱུར་ཅིག །

büg jin jig med de war gel gyür chig
Sinh lòng từ bi, tránh khỏi tai nạn nước cuốn sợ hãi,
Endowed with loving minds, relieved from fear of floods as well,
l'esprit aimant, soulagés de la crainte des inondations,

འདི་ནས་ཞི་འཕོས་གྱུར་ཚེ་སངས་རྒྱས་ཀྱི། །

di ne shi pö gyür tse sang gye kyi
Xin nguyện cho chúng con trụ trong an lạc vô úy. Và khi chúng con lìa đời
May we pass to fearless bliss. And when we pass away from this life,
Puissions-nous nous établir dans la félicité sans peur. Au moment de quitter

ཞིང་དེར་པདྨོ་ལས་སྐྱེས་ཡོན་ཏན་རྫོགས། །

zhing der pedmo le kye yong ten dzog
Xin nguyện vãng sanh về cõi Phật của Ngài,
May we be born from lotus in that,
cette vie, puissions-nous naître d'un lotus,

མཚན་ལེགས་ཡོངས་གྲགས་ལ་སོགས་རྒྱལ་རྣམས་ཀྱི། །

tsen leg yong drag la sog gye nam kyi
trong đoá hoa sen đầy đủ hạnh nguyện, và để trở thành cỗ xe hoằng hoá
Buddha-field, qualities complete, Become a vessel for transmission of the
Dans cette terre de Bouddha, dotés de qualités complètes. Devenir un

བཀའ་ལུང་ནོད་ཅིང་མཉེས་པར་བྱེད་གྱུར་ཅིག །

ka lüng nöd ching nye par jed gyür chig
Giáo Pháp của chư Thế Tôn Vương như đấng Thiện Danh Xưng Cát Tường
Vương Như Lai và như thế, làm cho Ngài hoan hỷ.
Teachings Of Conquerors Such as Tsen Leg Yong Drag and cause them delight.
vaisseau de la transmission des instructions des Conquérants tels que Gloire Renommée aux Signes Excellents et les enchanter ainsi.

2. BẢO NGUYỆT TRÍ NGHIÊM QUANG ÂM TỰ TẠI VƯƠNG THẾ TÔN.
BHAGAVAN RINPOCHE KING OF MELODIOUS SOUND, BRILLIANT RADIANT OF ABILITY.
BHAGAWAN PRÉCIEUX ROI DU SON MÉLODIEUX RADIANCE BRILLANTE DE CAPACITÉ.

[chöm den de de zhin she pa drag chöm pa yang dag par dzo pi
sang gye rin po che dang da wa dang pedme

Trước đấng Thế Tôn Như Lai Tam Miệu Tam Bồ Đề, Bảo Nguyệt Trí Nghiêm

To Bhagavan Tathagata Arhate Samyak Sambuddha, Rinpoche King of

Devant le Bhagavan Tathagata Arhat, Éveillé Parfait Suprême, Précieux

rab dü gyen pa ke pa zi jid dra yang kyi gyal po la chag tsel lo

Quang Âm Tự Tại Vương, đệ tử quỳ xin đảnh lễ,

Melodious Sound, Brilliant Radiance of Ability, I prostrate,

Roi du Son Mélodieux Radiance Brillante de Capacité, je me prosterne, fais des

chöd do kyab sü chio] (1,3,7 x) kü dög ser po chog chin chag gya chen

cúng dường và quy y. (1,3,7x). Thân hoàng sắc, tay bắt ấn ban truyền tối thượng

offer and go for refuge. (1,3,7x). Color yellow, with mudra of granting the supreme,

offrandes et prends refuge.   De couleur jaune, faisant le moudra d'accorder le suprême, *(Tib: Rinpoche Dang Dawa Dang Peme Rab Tu Gyen Pa KepaZiji DraYang Gyi Gyelpo, Sanskrit: Svaragosharaja).*

mön lam gyed drüb tsog nyi pal gyi jid

Thành tựu tám lời nguyện, oai nghi với hai tích lũy rạng ngời,

Accomplished eight prayers, majestic with two accumulations' glory,

Accompli huit prières et majestueux avec les deux accumulations glorieuses,

རིན་ཆེན་ལྡན་པའི་ཞིང་གི་དཔལ་གྱུར་པའི། །

rin chen den pi zhing gi pal gyür pi
Đấng Vinh Quang của Phật quốc Châu Bảo Trang Nghiêm,
Glorious One of the Buddha-field Endowed with Jewels,
Glorieux détenteur de la terre de Bouddha Dotée de Joyaux,

རིན་ཆེན་ཟླ་བའི་ཞབས་ལ་ཕྱག་འཚལ་ལོ། །

rin chen da wi zhab la chag tsel lo
Đệ tử quỳ xin đảnh lễ dưới chân đức Bảo Nguyệt Như Lai.
I prostrate at Rinchen Dawa's feet.
à vos pieds, Clair de Lune de Joyaux je me prosterne.

རིན་ཅེན་ཟླ་དང་པདྨས་རབ་བརྒྱན་ཅིང་། །

rin chen da dang pedme rab gyen ching
Trang nghiêm tuyệt đẹp với mặt trăng châu báu và hoa sen,
Well adorned with jeweled moon and lotus,
Magnifiquement orné du lotus et de la lune de joyaux,

ཤེས་བྱ་ཀུན་ལ་མཁས་ཤིང་མཁྱེན་པ་རྒྱས། །

she ja kün la ge shing kyen pa gye
Tuệ năng toàn trí bao trùm tỏ rõ tất cả sự vật nhận biết,
Wisdom expanded in mastery of all knowable objects,
Il a développé la Sagesse qui maîtrise tous les objets de connaissance,

རྒྱ་མཚོ་ལྟ་བུར་ཟབ་པའི་ཐུགས་མངའ་བ། །

gya tso ta bü zab pi tüg nga wa
Tâm thức Ngài sâu thẳm như biển lớn.
Endowed with a mind as deep as the ocean.
et son esprit est si profond que l'océan.

dra yang gyal poï zhab la chag tsel lo
Trước đấng Quang Âm Vương Như Lai, đệ tử quỳ xin đảnh lễ.
I prostrate at Dra Yang Gyelpos feet.
À vos pieds, Roi de la Mélodie je me prosterne.

ngö sham züng rig mö tob kyi drül pi
Đệ tử tích tụ các phẩm vật cúng dường, hiện bày và quán tưởng,
I make all collections of offerings, actually arranged and emanated,
Je fais toutes les collections d'offrandes, réellement arrangées et émanées,

tsöd tsog kün bül dig düng tam ched shag
Qua oai lực của thần chú, thiền định và nguyện hạnh,
Through force of mantra, samadhi and aspiration,
Par la force des mantras, du samadhi et de l'aspiration,

ge la yi rang kül zhing söl wa deb
Sám hối các điều phạm giới và các ác nghiệp, hoan hỷ tất cả các thiện nghiệp,
Confess all downfalls, negativities, rejoice in virtues,
Je confesse toutes mes fautes et négativités, je me réjouis de la vertu,

di tsön ge wa jang chüb chen por ngo
Cầu xin, khẩn nguyện, hồi hướng các công đức để đạt giác ngộ tối thượng.
Request, beseech, dedicate virtues such as these to great enlightenment.
Je fais la requête, supplie et dédie les vertue telles celles-ci au grand éveil.

gyal wi tsen tö dren jod chag chöd tü
Nhờ oai lực công đức nghe hồng danh của đấng Thế Tôn,
Through force of hearing the Conqueror's name,
Par la force d'entendre le nom du Conquérant, de le

བདག་ཅག་ལ་སོགས་སེམས་ཅན་གང་དང་གང་། །

dag chag la sog sem chen gang dang gang
Tụng hồng danh, nghĩ nhớ, đảnh lễ và cúng dường,
Expressing it, remembering, prostrating and offering,
prononcer, de nous en souvenir, de faire des prosternations et des offrandes,

གཡེངས་རྣམས་ཆོས་འཕེལ་ལྷ་མིའི་འབྱོར་ཚེས་འབྱོར། །

ying nam chö pel lha mi tsog che jor
Xin nguyện cho mọi chúng sinh như chúng con,
For all sentient beings such as ourselves,
Pour tous les êtres comme nous-mêmes,

བཅོར་བའི་གདུང་བྲལ་རྟག་ཏུ་སྐྱེས་པར་གྱུར། །

tsa wi düng dril tag tü kye par gyür
Thoát khỏi cõi lãng quên và phát triển Phật pháp,
May the distracted flourish in Dharma,
Puisse les distraits se développer dans le Dharma,

བྱང་ཆུབ་སེམས་དང་མི་འབྲལ་དགེ་ཆོས་རྒྱས། །

jang chüb sem dang mi dral ge chö gye
Đắc được tài vật của cõi nhân thiên,
Have wealth and goods of humans and gods,
Acquérir les biens et les richesses des dieux et des hommes,

སྒྲིབ་བྱང་ལྷ་མིའི་བདེ་བ་ཐོབ་གྱུར་ཅིག །

drib jang lha mi de wa töb gyür chig
Không bị hành hạ trong vọng niệm, luôn tái sinh trong thân người,
Without torment of conception, be always born human,
Libres des tourments de la conception, toujours renaître comme être humain,

བཤེས་བྲལ་མུན་པར་གདོན་གཙེས་ཆི་དང་དགྲ། །

shi dral mün par dön tse chi dang dra
Không bao giờ xa lìa Bồ Đề Tâm, tăng trưởng thiện căn Chánh Pháp,
Never separated from Bodhicitta, increase in virtuous Dharma,
Sans s'écarter de l'esprit d'Éveil et déployer les vertus du Dharma,

gön pi nöd med chöd dang rim dror tsön
Tịnh hoá các sự tăm tối và đạt an vui của cõi nhân thiên.
Purify obscurations and attain happiness of humans and gods.
Purifier les obscurations et obtenir le bonheur des dieux et des hommes.

men nam ting dzin dren töb zung den zhing
Xin nguyện chúng con không bị chia lìa ra khỏi đức Bổn Sư,
May we be freed from separation from the spiritual Guide,
Puissions-nous ne jamais être séparés de l'ami spirituel,

she rab chog tob me nyen sil gyür chig
Không đọa trong thời mạt pháp, hay bị ma quỷ hãm hại, không bị lọt vào nơi nguy hiểm cách ly. Nguyện cho chúng sinh thấp kém đạt đến thiền định, tỉnh thức, dũng lực. Đạt thần chú Đà La Ni Bất Khả Vong, đạt trí tuệ tối thượng,
From dark ages, spirit-harm, death and enemies, and from dangers of isolated places. May lesser beings have samadhi, mindfulness, strength, The dharani of non-forgetfulness, attain supreme wisdom,
et être libéré des temps dégénérés, des ingérences des esprits, de la mort et des ennemis, à l'abri des dangers des lieux isolés. Puissent les êtres inférieurs développer la Samadhi, la pleine conscience, la force, La dharani du non-oubli, obtenir la Sagesse suprême,

di ne shi pö gyür tse sang gye kyi
Xin dập tắt các ngọn lửa hành hạ chúng con.
And may tormenting fires be cooled.
et puisse le feu des tourments s'apaiser.

zhing der pedmo le kye yön ten dzog
Và khi chúng con lìa đời,
When we pass away from this life,
Au moment de quitter cette vie,

སྒྲ་དབྱངས་རྒྱལ་པོ་ལ་སོགས་རྒྱལ་རྣམས་ཀྱི། །

dra yang gyal po la sog gyal nam kyi

Xin nguyện vãng sanh về cõi Phật của Ngài, trong đoá hoa sen, đầy đủ hạnh nguyện, và để trở thành cỗ xe hoằng hoá Giáo Pháp của chư Thế Tôn Vương như đấng Diệu Âm Vương Như Lai,

May we be born from lotus in that Buddha-field, qualities complete,
Become a vessel for transmission of the Teachings of Conquerors
Such as Dra Yang Gyelpo,

Puissions-nous naître d'un lotus dans cette terre de Bouddha et, dotés de qualités complètes, Devenir un vaisseau de la transmission des instructions des Conquérants tels que Roi de la Mélodie,

བཀའ་ལུང་ནོད་ཅིང་མཉེས་པར་བྱེད་གྱུར་ཅིག །

ka lüng nöd ching nye par jed gyür chig

và như thế, làm cho Ngài hoan hỷ.
and cause them delight.
et les enchanter ainsi.

3. BẠT GIÀ PHẠM KIM SẮC BẢO QUANG DIỆU HÀNH THÀNH TỰU NHƯ LAI.
BHAGAVAN KING OF IMMACULATE EXCELLENT GOLD, RADIANT JEWEL WHO FULFILLS.
BHAGAWAN ROI D'OR IMMACULÉ ET EXCELLENT JOYAUX RADIEUX QUI EXAUCE.

བཅོམ་ལྡན་འདས་དེ་བཞིན་གཤེགས་པ་དགྲ་བཅོམ་པ་ཡང་དག་པར་རྫོགས་པའི་

སངས་རྒྱས་གསེར་བཟང་དྲི་མེད་རིན་ཆེན་སྣང་

|chöm den de de zhin sheg pa dra chom pa yang dag par dzo pi
sang gye ser zang dri med rin chen nang

Trước đấng Thế Tôn Như Lai Tam Miệu Tam Bồ Đề, Kim Sắc Bảo Quang Diệu Hành Thành Tựu Như Lai,

To Bhagavan Tathagata Arhate Samyak Sambuddha King of Immaculate Excellent Gold, Radiant Jewel Who Fulfills,

Devant le Bhagavan, Tathagata, Arhat, Éveillé Parfait Suprême Roi d'Or Immaculé et Excellent Joyaux Radieux qui Exauce,

བཏུལ་ཞུགས་གྲུབ་པ་ལ་ཕྱག་འཚལ་ལོ། །མཆོད་དོ་སྐྱབས་སུ་མཆིའོ། །

tül zhüg drüb pa la chag tsel lo chöd do kyab sü chiö] (1,3,7 x)
đệ tử quỳ xin đảnh lễ, cúng dường và quy y. (1,3,7x)
All His Vows, I prostrate, offer and go for refuge. (1,3, 7x)
Tous Ses Voeux, je me prosterne, fais des offrandes
et prends refuge. (1,3, 7x)

འཛམ་བུའི་གསེར་འདྲ་ཆོས་སྟོན་ཕྱག་རྒྱ་ཅན། །

dzam büï ser dra chö tön chag gya chen
Thân kim sắc như vàng của cõi Diêm Phù Đề, tay bắt ấn thuyết pháp,
Like Tzambu gold in color with Dharma teaching mudra,
De couleur or comme la rivière Dzambou, faisant le moudra
d'enseigner le Dharma,

སྨོན་ལམ་བཞི་གྲུབ་ཚོགས་གཉིས་དཔལ་གྱིས་བརྗིད། །

mön lam zhi drüb tsog nyi pal gyi jid
Thành tựu bốn lời nguyện, oai nghi với hai tích lũy rạng ngời,
Accomplished four prayers, majestic with two accumulations' glory,
Accompli quatre prières et majestueux avec deux accumulations glorieuses,
(Tib: Ser Zang Dri Me Rin Chen Nang Tul Zhug Drub Pa
Sanskrit: Suvarnabhadradravimala)

སྤོས་ཀྱིས་ཡོངས་གང་ཞིང་གི་དཔལ་གྱུར་པའི། །

pö kyi yong gang zhing gi pal gyür pi
Đấng Vinh Quang của Phật quốc Chiên Đàn Trang Nghiêm,
Glorious One of the Buddha-field Incense Filled,
Glorieux détenteur de la terre de Bouddha Emplie d'Encens,

གསེར་བཟང་དྲི་མེད་སྣང་ལ་ཕྱག་འཚལ་ལོ། །

ser zang dri med nang la chag tsel lo
Trước đấng Kim Sắc Bảo Quang Diệu Hành Thành Tựu Như Lai, đệ tử quỳ xin đảnh lễ.
I prostrate to Ser Zang Dri Me Nang.
Devant Or Immaculé Radieux et Excellent je me prosterne.

འཛམ་བུ་ཆུ་བོའི་གསེར་ལྟར་ལྷང་ངེ་བ། །

dzam bü chü wöï ser tar lhang nge wa
Tối thượng kim như là vàng của Diêm Phù Đề Giang,
Paramount among golds like the gold of the Dzambu River,
Tout comme l'or des eaux du Dzambou,

ཉི་མ་སྟོང་ལས་ལྷག་པའི་གཟི་བརྗིད་འབར། །

nyi ma tong le lhag pi zi jid bar
Chói rạng, tỏa sáng hơn cả nghìn mặt trời.
Blazing with more radiance than a thousand suns.
Surpasse tous les autres, vous brillez encore plus que mille soleils.

དྲི་མེད་གསེར་གྱི་མཆོད་སྡོང་ལྟ་བུའི་སྐུ། །

dri med ser gyi chöd döng ta büï kü
Thân như bảo tháp bằng vàng vô cấu,
Body like a stainless golden stupa,
Votre corps immaculé ressemble à un stoupa en or,

གསེར་བཟང་དྲི་མེད་སྣང་ལ་ཕྱག་འཚལ་ལོ། །

ser zang dri med nang la chag tsel lo
Trước đấng Kim Sắc Bảo Quang Diệu Hành Thành Tựu Như Lai, đệ tử quỳ xin đảnh lễ.
I prostrate to Ser Zang Dri Me Nang. (Stainless Excellent Gold).
Devant Or Immaculé Radieux et Excellent je me prosterne.

དངོས་བཤམས་གཟུངས་རིག་མོས་སྟོབས་ཀྱིས་སྤྲུལ་པའི། །

ngö sham züng rig mö tob kyi drül pi
Đệ tử tích tụ các phẩm vật cúng dường, hiện bày và quán tưởng,
I make all collections of offerings, actually arranged and emanated,
Je fais toutes les collections d'offrandes, réellement arrangées et émanées,

མཆོད་ཚོགས་ཀུན་འབུལ་སྡིག་ལྟུང་ཐམས་ཅད་བཤགས། །

chöd tsog kün bül dig tüng tam ched shag
Qua oai lực của thần chú, thiền định và nguyện hạnh,
Through force of mantra, samadhi and aspiration,
Par la force des mantras, du samadhi et de l'aspiration,

དགེ་ལ་ཡི་རང་བསྐུལ་ཞིང་གསོལ་བ་འདེབས། །

ge la yi rang kül zhing söl wa deb
Sám hối các điều phạm giới và các ác nghiệp, hoan hỷ tất cả các thiện nghiệp,
Confess all downfalls and negativities, rejoice in virtues,
Je confesse toutes mes fautes et négativités, je me réjouis de la vertue,

འདིས་མཚོན་དགེ་བ་བྱང་ཆུབ་ཆེན་པོར་བསྔོ། །

di tsön ge wa jang chüb chen por ngo
Cầu xin, khấn nguyện và hồi hướng các công đức để đạt giác ngộ tối thượng.
Request, beseech and dedicate virtues such as these to great enlightenment.
Je fais la requête, supplie et dédie les vertue telles celles-ci au grand éveil.

རྒྱལ་བའི་མཚན་ཐོས་དྲན་བརྗོད་ཕྱག་མཆོད་མཐུས། །

gyal wi tsen tö dren jöd chag chöd tü
Nhờ oai lực công đức nghe hồng danh của đấng Thế Tôn,
Through force of hearing the Conqueror's name,
Par la force d'entendre le nom du Conquérant,

བདག་ཅག་ལ་སོགས་སེམས་ཅན་གང་དང་གང་། །

dag chag la sog sem chen gang dang gang
Tụng hồng danh, nghĩ nhớ, đảnh lễ và cúng dường,
Expressing it, remembering it, prostrating and offering,
De le prononcer, de nous en souvenir, de faire des prosternations et des offrandes,

ཚེ་འཕྱུར་རིང་འཚོ་དབུལ་རྣམས་དབང་ཕྱུག་ཚང་། །

tse tüng ring tso ül nam wang chüg tsang
Xin nguyện cho mọi chúng sinh như chúng con,
For all sentient beings such as ourselves,
Pour tous les êtres comme nous-mêmes,

འཐབ་རྩོད་འགྱེད་པར་བྱམས་པའི་སེམས་ལྡན་ཞིང༌། །

tab tsöd gye pa jam pi sem den zhing
Các chúng sinh yểu mạng đều được sống lâu, kẻ nghèo khó được tiền của,
May the short-lived gain longevity, the poor full wealth,
Puissent tous, ceux qui ont une vie courte, obtenir la longévité. Puissent les pauvres s'enrichir,

བསླབ་བྲལ་ངན་སོང་མི་ལྟུང་སྡོམ་པས་བསྡམས། །

lab drel ngen söng mi tüng döm pe dam
Xin cho người hiếu chiến phát lòng từ bi, Xin cho chúng con được tu học và không đọa trong các nẻo ác,
May combatants come to have loving minds, May we not be without training and fall to lower realms,
les belligérants se développer l'esprit d'amour. Puissions-nous ne pas manquer de l'entraînement, ne pas chuter dans les royaumes inférieurs,

བྱང་ཆུབ་སེམས་དང་འབྲལ་བ་མེད་གྱུར་ཅིག །

jang chüb sem dang drel wa med gyür chig
Và cho chúng con giữ trọn giới nguyện, không xa lìa Bồ Đề Tâm.
But be bound by our vows and never without Bodhicitta.
Mais tenir nos voeux, sans abandonner l'esprit de Bodhicitta.

འདི་ནས་ཤི་འཕོས་གྱུར་ཚེ་སངས་རྒྱས་ཀྱི། །

di ne shi pö gyür tse sang gye kyi
Và khi chúng con lìa đời,
And when we pass away from this life,
Au moment de quitter cette vie,

ཞིང་དེར་པདྨོ་ལས་སྐྱེས་ཡོན་ཏན་རྫོགས། །

zhing de pedmo le kye yong ten dzog
Xin nguyện vãng sanh về cõi Phật của Ngài, trong đoá hoa sen, đầy đủ hạnh nguyện,
May we be born from lotus in that Buddha-field, qualities complete,
puissions-nous naître d'un lotus dans cette terre de Bouddha, dotés de qualités complètes,

གསེར་བཟང་དྲི་མེད་ལ་སོགས་རྒྱལ་རྣམས་ཀྱི། །

ser zang dri med la sog gyel nam kyi
Và để trở thành cổ xe hoằng hoá Giáo Pháp của chư Thế Tôn,
Become a vessel for transmission of the Teachings of Conquerors,
Devenir un vaisseau de la transmission des instructions des Conquérants,

བཀའ་ལུང་སྣོད་ཅིང་མཉེས་པར་བྱེད་གྱུར་ཅིག

ka lüng nöd ching nye pa jed gyür chig
tôn xưng là đấng Kim Sắc Bảo Quang Như Lai và như thế,
làm cho Ngài hoan hỷ.
such as Ser Zang Dri Me and cause them delight.
tels que Or Immaculé, Radieux et Excellent et les enchanter ainsi.

4. BẠT GIÀ PHẠM VÔ ƯU TỐI THẮNG CÁT TƯỜNG NHƯ LAI.
BHAGAVAN KING OF SUPREME GLORY WHO FREES FROM ALL SUFFERING.
BHAGAVAN ROI DE LA GLOIRE SUPRÊME QUI LIBÈRE DE TOUTE SOUFFRANCE.

བཅོམ་ལྡན་འདས་དེ་བཞིན་གཤེགས་པ་དགྲ་བཅོམ་པ་ཡང་དག་པར་རྫོགས་

པའི་སངས་རྒྱས་མྱ་ངན་མེད་མཆོག་དཔལ་ལ་ཕྱག་འཚལ་ལོ། །

[chöm den de de zhin she pa dra chöm pa yang dag par dzog pi sang gye nya ngen med chog pal la chag tsel lo
Trước đấng Thế Tôn Như Lai Tam Miệu Tam Bồ Đề Vô Ưu Tối Thắng Cát Tường Như Lai, đệ tử quỳ xin đảnh lễ,
To Bhagavan Tathagata Arhate Samyak Sambuddha King of Supreme Glory Who Frees From all Suffering, I prostrate,
Devant le Bhagavan, Tathagata, Arhat, Éveillé Parfait Suprême Roi de la Gloire Suprême qui Libère de Toute Souffrance, je me prosterne,
(Tib: Nya Ngen Me Chog Pel Sanskrit: Ashokottamashriraja).

མཆོད་དོ་སྐྱབས་སུ་མཆིའོ། །

chöd do kyab sü chiö] (1,3,7 x)
cúng dường và quy y. (1,3,7x)
offer and go for refuge. (1, 3, 7x)
fais des offrandes et je prends refuge.

སྐུ་མདོག་དམར་སྐྱ་མཉམ་གཞག་ཕྱག་རྒྱ་ཅན། །

kü dög mar kya nyam zhag chag gya chen
Thân hồng sắc, tay bắt ấn thiền định hòa hài,
Color light red, with mudra of meditative equipoise,
De couleur rouge pâle, dans le moudra de la méditation équilibrée,

སྨོན་ལམ་བཞི་གྲུབ་ཚོགས་གཉིས་དཔལ་གྱིས་བརྗིད། །

mön lam zhi drüb tsog nyi pal gyi jid
Thành tựu bốn lời nguyện, oai nghi với hai tích lũy rạng ngời,
Accomplished four prayers, majestic with two accumulations' glory,
Accompli quatre prières et majestueux de deux accumulations glorieuses.

མྱ་ངན་མེད་པའི་ཞིང་གི་དཔལ་གྱུར་པའི། །

nya ngen med pi zhing gi pal gyür pi
Đấng Vinh Quang của Phật quốc Vô Não,
Glorious One of the Buddha-field Without Sorrow,
Glorieux détenteur de la terre de Bouddha Au-delà des Peines, Devant

མྱ་ངན་མེད་མཆོག་དཔལ་ལ་ཕྱག་འཚལ་ལོ། །

nya ngen me chöd pal la chag tsel lo
Trước đấng Vô Ưu Tối Thắng Cát Tường Như Lai, đệ tử quỳ xin đảnh lễ.
I prostrate to Nya Ngen Me Chog Pel.
Roi de la Gloire Suprême qui Libère de Toute Souffrance, je me prosterne.

མྱ་ངན་འདས་ཞི་བདེ་བའི་མཆོག་བརྙེས་པ། །

nya ngen de zhi de wi chög nye pa
Siêu việt lên trên phiền não, đạt đến cực lạc,
Passed beyond sorrow attained to supreme bliss,
Passé au-delà des peines, vous savourez la suprême félicité,

འགྲོ་བའི་དུག་གསུམ་སྡུག་བསྔལ་ཞི་མཛད་ཅིང་། །

dro wi dūg sum dūg ngal zhi dzed ching
An hòa tam độc và khổ đau của muôn chúng sinh,
Pacifier of beings' three poisons and sufferings,
Vous apaisez les souffrances et les trois poisons des êtres,

འགྲོ་དྲུག་མགོན་དང་དཔལ་དུ་གྱུར་པ་ཡིས། །

dro drüg kön dang pal dü gyür pa yi
Đấng Hộ Pháp của lục đạo luân hồi, trước đấng Vinh Quang,
Six realms' beings' Protector, to the glorified one,
Devant le protecteur des six royaumes, le glorieux Roi de la Gloire Suprême,

མྱ་ངན་མེད་མཆོག་དཔལ་ལ་ཕྱག་འཚལ་ལོ། །

nya ngen med chog pal la chag tsel lo
Vô Ưu Tối Thắng Cát Tường Như Lai, đệ tử quỳ xin đảnh lễ.
Nya Ngen Me Chog Pel, I prostrate.
qui Libère de Toute Souffrance je me prosterne.

དངོས་བཤམས་གཟུངས་རིག་མོས་སྟོབས་ཀྱིས་སྤྲུལ་པའི། །

ngö sham züng rig mö tob kyi trül pi
Đệ tử tích tụ các phẩm vật cúng dường, hiện bày và quán tưởng,
I make all collections of offerings, actually arranged and emanated,
Je fais toutes les collections d'offrandes, réellement arrangées et émanées,

མཆོད་ཚོགས་ཀུན་འབུལ་སྡིག་ལྟུང་ཐམས་ཅད་བཤགས། །

chöd tsog kün bül dig tüng tam ched shag
Qua oai lực của thần chú, thiền định và nguyện hạnh,
Through force of mantra, samadhi and aspiration,
Par la force des mantras, du samadhi et de l'aspiration,

དགེ་ལ་ཡི་རང་བསྐུལ་ཞིང་གསོལ་བ་འདེབས། །

ge la yi rang kül zhing söl wa deb
Sám hối các điều phạm giới và các ác nghiệp, hoan hỷ tất cả các thiện nghiệp,
Confess all downfalls and negativities, rejoice in virtues,
Je confesse toutes mes fautes et négativités, je me réjouis de la vertue,

བདེས་མཚོན་དགེ་བ་བྱང་ཆུབ་ཆེན་པོར་བསྔོ། །

di tsön ge wa jang chüb chen por ngo
Cầu xin, khấn nguyện, hồi hướng các công đức để đạt giác ngộ tối thượng.
Request, beseech and dedicate virtues such as these to great enlightenment.
Je fais la requête, supplie et dédie les vertue telles celles-ci au grand éveil.

རྒྱལ་བའི་མཚན་ཐོས་དྲན་བརྗོད་ཕྱག་མཆོད་མཐུས། །

gyal wi tsen tö dren jöd chag chöd tü
Nhờ oai lực công đức nghe hồng danh của đấng Thế Tôn,
Through force of hearing the Conqueror's name,
Par la force d'entendre le nom du Conquérant, de le

བདག་ཅག་ལ་སོགས་སེམས་ཅན་གང་དང་གང་། །

dag chag la sog sem chen gang dang gang
Tụng hồng danh, nghĩ nhớ, đảnh lễ và cúng dường,
Expressing it, remembering, prostrating and offering,
prononcer, de nous en souvenir, de faire des prosternations et des offrandes,

མྱ་ངན་ཕྱོགས་ཞི་མི་འབྲལ་ཚེ་རིང་བདེ། །

nya ngen chog zhi mi dral tse ring de
Xin nguyện cho mọi chúng sinh như chúng con,
For all sentient beings such as ourselves,
Pour tous les êtres comme nous-mêmes,

དགྱལ་བར་རྒྱལ་བའི་འོད་ཀྱིས་བདེ་དགའ་རྒྱས། །

nyal war gyal wi wö kyi de ga gye
Phiền não và những thứ như thế được an hòa, sống lâu và an lạc.
May sorrow and the like always be pacified, life be long and happy.
Pacifier les peines, jouir d'une vie longue et heureuse.

མདང་ལྡན་མཛེས་འབྱོར་འབྱུང་པོས་མི་འཚེ་ཞིང་། །

dang den dze jor jüng pö mi tse zhing
Xin ánh sáng của đấng Thế Tôn tăng trưởng an lạc và
Ban hoan hỷ tâm cho các tầng địa ngục.
May the Conquerors' light increase bliss and joy in the hells.
Puisse la lumière des Conquérants accroître la félicité et la joie dans les enfers.

ཕན་ཚུན་བྱམས་ལྡན་ནད་རྣམས་མེད་གྱུར་ཅིག །

pen tsün jam den ned nam med gyür chig
Xin cho chúng con tươi sáng, đẹp đẽ và giàu có, không bị ma quỷ làm hại. Xin nguyện cho chúng con phát triển lòng từ bi đối với nhau và mọi bệnh tật tiêu tan.
May we have brightness, beauty and wealth, unharmed by spirits. May we have love for each other and there be no disease.
Puissions-nous disposer de la clarté, de la beauté, de la richesse et ne pas être affligés par les esprits. Puissions-nous aimer nos semblables et vivre sans maladie.

འདི་ནས་ཤི་འཕོས་གྱུར་ཚེ་སངས་རྒྱས་ཀྱི། །

di ne shi pö gyür tse sang gye kyi
Và khi chúng con lìa đời,
And when we pass away from this life,
Au moment de quitter cette vie,

ཞིང་དེར་པདྨོ་ལས་སྐྱེས་ཡོན་ཏན་རྫོགས། །

zhig der pedmo le kye yön ten dzog
Xin nguyện vãng sanh về cõi Phật của Ngài, trong đoá hoa sen, đầy đủ hạnh nguyện,
May we be born from lotus in that Buddha-field, qualities complete,
Puissions-nous naître d'un lotus dans cette terre de Bouddha, dotés de qualités complètes,

ཀྱུ་དན་མེད་མཆོག་ལ་སོགས་རྒྱལ་རྣམས་ཀྱི།

nya ngen med chod la sog gyal nam kyi
Và để trở thành cổ xe hoằng hoá Giáo Pháp của chư Thế Tôn
Become a vessel for transmission of the Teachings of Conquerors
Devenir un vaisseau de la transmission des instructions des Conquérants

བཀའ་ལུང་ནོད་ཅིང་མཉེས་པར་བྱེད་གྱུར་ཅིག

ka lüng nöd ching nye par jed gyür chig
tôn xưng là đấng Vô Ưu Tối Thắng Cát Tường Như Lai và như thế, làm cho Ngài hoan hỷ.
Such as Nya Ngen Me Chog and cause them delight.
Tels que Roi de la Gloire Suprême qui Libère de Toute Souffrance et les enchanter ainsi.

5. BẠT GIÀ PHẠM PHÁP HẢI LÔI ÂM NHƯ LAI.
BHAGAVAN MELODIOUS OCEAN OF PROCLAIMED DHARMA.
BHAGAVAN OCÉAN MÉLODIEUX DU DHARMA PROCLAMÉ.

བཅོམ་ལྡན་འདས་དེ་བཞིན་གཤེགས་པ་དགྲ་བཅོམ་པ་ཡང་དག་པར་རྫོགས་པའི་

སངས་རྒྱས་ཆོས་སྒྲགས་རྒྱ་མཚོའི་དབྱངས་ལ་ཕྱག་འཚལ་ལོ། །

[**chöm den de de zhin sheg pa dra chöm pa yang dag par dzög pi
sang gye chö drag gya tsoï yang la chag tsel lo**
Trước đấng Thế Tôn Như Lai Tam Miệu Tam Bồ Đề, Pháp Hải Lôi Âm Như Lai,
To Bhagavan Tathagata Arhate Samyak Sambuddha Melodious Ocean of Proclaimed Dharma,
Devant le Bhagavan, Tathagata, Arhat, Éveillé Parfait Suprême Océan Mélodieux du Dharma Proclamé,
(Tib: Cho Drag Gya Tso Yang, Sanskrit: Dharmakirtisagara)

མཆོད་དོ་སྐྱབས་སུ་མཆིའོ། །

chöd do kyab sü chiö](1,3,7 x)
đệ tử quỳ xin đảnh lễ, cúng dường và quy y. (1,3,7x)
I prostrate, offer and go for refuge. (1, 3, 7x)
Je me prosterne, fais des offrandes et prends refuge. (1, 3, 7x).

ཀུ་མདོག་དཀར་དམར་ཆོས་སྟོན་ཕྱག་རྒྱ་ཅན། །

kü dog kar mar chö tön chag gya chen
Thân hồng bạch sắc, tay bắt ấn thuyết pháp,
Color, reddish white, with Dharma teaching mudra,
De couleur blanc rosé, dans le moudra d'enseigner le Dharma,

སྨོན་ལམ་བཞི་གྲུབ་ཚོགས་གཉིས་དཔལ་གྱི་བརྗིད། །

mön lam zhi drüb tsog nyi pal gyi jig
Thành tựu bốn lời nguyện, oai nghi với hai tích lũy rạng ngời,
Accomplished four prayers, majestic with two accumulations' glory,
Accompli quatre prières, majestueux avec les deux accumulations glorieuses.

ཆོས་ཀྱི་རྒྱལ་མཚན་ཞིང་གི་དཔལ་གྱུར་པའི། །

chö kyi gyal tsen zhing gi pal gyür pi
Đấng Vinh Quang của Phật quốc Tràng Thắng Phan Pháp,
Glorious One of the Buddha-field Victory Banner of Dharma,
Glorieux détenteur de la terre de Bouddhas, Bannière de victoire du Dharma,

ཆོས་སྒྲགས་རྒྱ་མཚོའི་དབྱངས་ལ་ཕྱག་འཚལ་ལོ། །

chö drag gya tsoï yang la chag tsel lo
Trước đấng Pháp Hải Lôi Âm Như Lai, đệ tử quỳ xin đảnh lễ.
I prostrate to Cho Drag Gya Tso Yang.
Devant Océan Mélodieux du Dharma Proclamé je me prosterne.

ཆོས་སྒྲ་ཆེན་པོས་ཕ་རོལ་རྒོལ་བ་འཇོམས། །

chö dra chen pö pa röl göl wa jam
Diệu Pháp Âm chiến thắng tất cả kẻ địch,
Great sound of Dharma conquering adversaries,
Par le grand son du Dharma, il triomphe des adversaires et,

རྒྱ་མཚོ་ལྟ་བུར་ཟབ་པའི་གསུང་མངའ་ཞིང་། །

gya tso ta bür zab pi süng mang zhing
Với diệu âm sâu thẳm như đại dương,
Endowed with speech as deep as the ocean,
Doté de sa voix profonde comme un océan,

dro wi düg ngal ma lü zhi dzed pa
An hòa khổ đau của tất cả các chúng sinh không ngoại lệ
Pacifier of beings' suffering without exception.
Il pacifie toutes les souffrances des êtres sans exception.

chö drag gya tsoï yang la chag tsel lo
Trước đấng Pháp Hải Lôi Âm Như Lai, đệ tử quỳ xin đảnh lễ.
I prostrate to Cho Drag Dya Tso Yang.
Devant Océan Mélodieux du Dharma Proclamé je me prosterne.

ngö sham züng rig mö tob kyi drül pi
Đệ tử tích tụ các phẩm vật cúng dường, hiện bày và quán tưởng,
I make all collections of offerings, actually arranged and emanated,
Je fais toutes les collections d'offrandes, réellement arrangées et émanées.

chöd tsog kün bül dig tüng tam ched shag
Qua oai lực của thần chú, thiền định và nguyện hạnh,
Through force of mantra, samadhi and aspiration,
Par la force des mantras, du samadhi et de l'aspiration,

ge la yi rang kül zhing söl wa deb
Sám hối các điều phạm giới và các ác nghiệp, hoan hỷ tất cả các thiện nghiệp,
Confess all downfalls, negativities, rejoice in virtues,
Je confesse toutes mes fautes et négativités, je me réjouis de la vertue,

di tsön ge wa jang chüb chen por ngo
Cầu xin, khẩn nguyện, hồi hướng các công đức như thế để đạt giác ngộ tối thượng
Request, beseech, dedicate virtues such as these to great enlightenment.
Je fais la requête, je supplie et je dédie les vertue telles celles-ci au grand éveil.

རྒྱལ་བའི་མཚན་ཐོས་བརྗོད་ཕྱག་མཆོད་མཐུས། །

gyal wi tsen tö dren jöd chag chöd tü
Nhờ oai lực công đức nghe hồng danh của đấng Thế Tôn,
Through force of hearing the Conqueror's name, expressing it,
Par la force d'entendre le nom du Conquérant, de le prononcer,

བདག་ཅག་ལ་སོགས་སེམས་ཅན་གང་དང་གང་། །

dag chag la sog sem chen gang dang gang
Tụng hồng danh, nghĩ nhớ, đảnh lễ và cúng dường,
Remembering, prostrating and offering,
De nous en souvenir, de faire des prosternations et des offrandes,

རྟག་ཏུ་ཡང་དག་ལྟ་དང་ལྡན་ཞིང་། །

ta tü yang dag ta dang ded den zhing
Xin nguyện cho mọi chúng sinh như chúng con,
For all sentient beings such as ourselves,
Pour tous les êtres comme nous-mêmes,

ཆོས་ཀྱི་སྒྲ་ཐོས་བྱང་ཆུབ་སེམས་ཀྱི་ཕྱུག །

chö kyi dra tö jang chüb sem kyi chüg
Luôn luôn có chánh kiến và tin tâm,
May we always have perfect view and faith,
Puissions nous toujours avoir une vue et une foi parfaites,

ལོངས་སྤྱོད་ལས་དུ་སྡིག་སྤངས་འབྱོར་པ་འཕེལ། །

löng chö led dü dig pang jor wa pel
Nghe được Pháp âm, tăng trưởng thêm Bồ Đề Tâm,
Hear the sound of Dharma, be enriched with Bodhicitta,
Entendre le son du Dharma et nous enrichir de la Bodhicitta,

བྱམས་གནས་ཚེ་རིང་ཆོག་ཤེས་ཉིད་གྱུར་ཅིག

jam ne tse ring chog she nyid gyür chig

Để có thêm nhiều tiềm năng, xin cho chúng con từ bỏ ác nghiệp, và xin tăng trưởng của cải,

For sake of resources may we give up negativities, may wealth increase,

Pour obtenir nos ressources puissions-nous abandonner les négativités, puissent les richesses s'accroître,

འདི་ནས་ཤི་འཕོས་གྱུར་ཚེ་སངས་རྒྱས་ཀྱི

di ne shi pö gyür tse sang gye kyi

Xin cho chúng con trụ trong từ bi, sống thọ, và được an vui.

May we abide in love, have long life, be content.

Puissions-nous demeurer dans l'affection, avoir de longue vie et être satisfaits.

ཞིང་དེར་པདྨོ་ལས་སྐྱེས་ཡོན་ཏན་རྫོགས། །

zhing der pedmo le kye yöng ten dzog

Và khi chúng con lìa đời,

When we pass away from this life,

Au moment de quitter cette vie,

ཆོས་སྒྲགས་རྒྱ་མཚོ་ལ་སོགས་རྒྱལ་རྣམས་ཀྱི། །

chö drag gya tso la sög gyal nam kyi

Xin nguyện vãng sanh về cõi Phật của Ngài, trong đoá hoa sen, đầy đủ hạnh nguyện,

May we be born from lotus in that Buddha-field, qualities complete,

Puissions-nous naître d'un lotus dans cette terre de Bouddha, dotés de qualités complètes,

བཀའ་ལུང་ནོད་ཅིང་མཉེས་པར་བྱེད་གྱུར་ཅིག

ka lüng nöd ching nye par jed gyür chig

để trở thành cổ xe hoằng hoá Giáo Pháp của chư Thế Tôn như đấng Pháp Hải Lôi Âm Như Lai, và như thế, làm cho Ngài hoan hỷ.

Become a vessel for transmission of the Teachings of Conquerors Such as Cho Drag Gya Tso and cause them delight.

Devenir un vaisseau de la transmission des instructions des Conquérants, tels que Océan Mélodieux du Dharma Proclamé et les enchanter ainsi.

6. BẠT GIÀ PHẠM PHÁP HẢI THẮNG TUỆ DU HÍ THẦN THÔNG NHƯ LAI.
BHAGAVAN KING OF CLEAR LIGHT, HE WHO TOTALLY DELIGHTS IN THE SUPREME WISDOM OF THE OCEAN OF DHARMA.
BHAGAVAN SUPRÊME ROI DE LA CLAIRE LUMIÈRE, CELUI QUI ENCHANTE TOTALEMENT DANS LA SAGESSE SUPRÊME DE L'OCÉAN DU DHARMA

བཅོམ་ལྡན་འདས་དེ་བཞིན་གཤེགས་པ་དགྲ་བཅོམ་པ་ཡང་དག་པར་རྫོགས་པའི་

སངས་རྒྱས་ཆོས་རྒྱ་མཚོ་མཆོག་གི་བློ་རྣམ་པར་རོལ་པ་མངོན་པར་མཁྱེན་པའི་

རྒྱལ་པོ་ལ

[chöm den de de zhin zhe pa dra chöm pa yang dag par dzog pi sang gye chö gya tso chog gi lö nam par röl pa ngön par kyen pi gyal po

Trước đấng Thế Tôn Như Lai Tam Miệu Tam Bồ Đề, Pháp Hải Thắng Tuệ Du Hí Thần Thông Như Lai,

To Bhagavan Tathagata Arhate Samyak Sambuddha King of Clear Light, He Who Totally Delights in the Supreme Wisdom of the Ocean of Dharma,

Devant le Bhagavan, Tathagata, Arhat, Éveillé Parfait Suprême Roi de la Claire Lumière, Celui qui Enchante Totalement dans la Sagesse Suprême de l'Océan du Dharma,

(Tib: Cho Gya Tsa Chog Gi Lo Nam Par Rol Pa Ngon Par Kyen Pay Gyel Po, Sarnkrit: Abhijyaraja)

ཕྱག་འཚལ་ལོ། །མཆོད་དོ་སྐྱབས་སུ་མཆིའོ། །

la chag tsel lo chöd do kyab sü chiö (1,3,7 x)
Đệ tử quỳ xin đảnh lễ, cúng dường và quy y. (1,3,7x)
I prostrate, offer and go for refuge. (1, 3, 7x).
Je me prosterne, fais des offrandes, et je prends refuge.

བྱུ་རུའི་མདོག་ཅན་མཆོག་སྦྱིན་ཕྱག་རྒྱ་ཅན། །

jü rüi dög chen chog jin chag gya chen
Thân hồng sắc san hô, tay bắt ấn ban truyền tối thượng,
Coral-colored with mudra of granting the supreme,
De la couleur du corail, dans le moudra d'accorder le suprême,

མོན་ལམ་བཞི་གྲུབ་ཚོགས་གཉིས་དཔལ་གྱི་བརྗིད། །

mön lam zhi drüb tsog nyi pal gyi jid
Thành tựu bốn lời nguyện, oai nghi với hai tích lũy rạng ngời,
Accomplished four prayers, majestic with two accumulations' glory,
Accompli quatre prières et majestueux avec les deux accumulations glorieuses.

རིན་ཆེན་རྒྱ་མཚོའི་ཞིང་གི་དཔལ་གྱུར་པའི། །

rin chen gya tsoï zhing gi pal gyür pi
Đấng Vinh Quang của Phật quốc Châu Bảo Hải,
Glorious One of the Buddha-field Ocean of Jewels,
Devant le Glorieux détenteur de la terre de Bouddha Océan de Joyaux,

མངོན་མཁྱེན་རྒྱལ་པོ་དེ་ལ་ཕྱག་འཚལ་ལོ། །

ngön kyen gyal po de la chag tsel lo
Trước đấng Tối Thượng Trí Tuệ Vương Như Lai,
đệ tử quỳ xin đảnh lễ.
I prostrate to that Ngon Kyen Gyel Po.
Roi de la Sagesse Suprême je me prosterne.

ཆོས་ཀྱི་བློ་གྲོས་གཏིང་དཔག་དཀའ་བའི་ཐུགས། །

chö kyi lo drö ting pag ka wi tüg
Tâm thức Ngài quán triệt Pháp trí sâu thẳm, khó đo lường,
Mind of profound Dharma wisdom, difficult to fathom,
Son esprit saisissant le dharma profond, difficile à pénétrer.

རྣམ་དག་ཆོས་ཀྱི་དབྱིངས་ལ་རོལ་མཛད་ཅིང་། །

nam dag chö kyi ying la ril dzed ching
hoan hỷ trong vũ trụ thuần chân lý,
Sporting in the pure sphere of truth,
Se délecte dans la sphère pure de la vérité.

she ja ma lü ngön sum zig pa po
Ngài tri kiến thẳng vào tất cả sự vật nhận biết,
One who sees all knowable objects directly,
Celui qui perçoit directement tous les objets de connaissance,

ngön kyen gyal po de la chag tsel lo
Trước đẳng Pháp Hải Thắng Tuệ Như Lai, đệ tử qùy xin đảnh lễ.
I prostrate to that Ngon Kyen Gyel Po.
Devant le Roi de la Sagesse Suprême je me prosterne.

ngö sham züng rig mö tob kyi trül pi
Đệ tử tích tụ các phẩm vật cúng dường, hiện bày và quán tưởng,
I make all collections of offerings, actually arranged and emanated,
Je fais toutes les collections d'offrandes, réellement arrangées et émanées,

chöd tsog kün bül dig tüng tam ched shag
Qua oai lực của thần chú, thiền định và nguyện hạnh,
Through force of mantra, samadhi and aspiration,
Par la force des mantras, du samadhi et de l'aspiration,

ge la yi rang kül zhing söl wa deb
Sám hối các điều phạm giới và các ác nghiệp, hoan hỷ tất cả các thiện nghiệp,
Confess all downfalls and negativities, rejoice in virtues,
Je confesse toutes mes fautes et négativités, je me réjouis de la vertu,

di tsön ge wa jang chüb chen por ngo
Cầu xin, khẩn nguyện và hồi hướng các công đức để đạt giác ngộ tối thượng.
Request, beseech, dedicate virtues such as these to great enlightenment.
Je fais la requête, supplie et dédie les vertue telles celles-ci au grand éveil.

རྒྱལ་བའི་མཚན་ཐོས་དྲན་བརྗོད་ཕྱག་མཆོད་མཐུས། །

gyal wi tsen tö dren jöd chag chöd tü
Nhờ oai lực công đức nghe hồng danh của đấng Thế Tôn,
Through force of hearing the Conqueror's name,
Par la force d'entendre le nom du Conquérant, de le prononcer,

བདག་ཅག་ལ་སོགས་སེམས་ཅན་གང་དང་གང་། །

da chag la sog sem chen gang dang gang
Tụng hồng danh, nghĩ nhớ, đảnh lễ và cúng dường,
Expressing it, remembering, prostrating and offering,
de nous en souvenir, de faire des prosternations et des offrandes,

གཡེངས་རྣམས་གནོད་སེམས་མེད་ཅིང་འཚོགས་ཆས་འབྱོར། །

ying nam nöd sem med ching tsög che jor
Xin nguyện cho mọi chúng sinh như chúng con,
For all sentient beings such as ourselves,
Pour tous les êtres comme nous-mêmes,

དངན་སོང་ལམ་དན་ཞུགས་རྣམས་དགེ་བཅུ་ཐོབ། །

ngen söng lam ngen zhüg nam ge chü töb
Và cho người đăng trí thoát khỏi ác tâm, giàu có của cải,
May the distracted be free of malice, rich in goods,
Puissent les distraits se libérer de l'esprit malveillance, être riches en biens,

གཞན་དབང་གྱུར་རྣམས་རང་དབང་ཕུན་ཚོགས་ཤིང་། །

zhen wang gyür nam rang wang pün tsog shing
Xin cho những người đi trên ác đạo, đọa nẻo dữ, hành trì được thập thiện,
May those on bad paths to lower realms attain the ten virtues,
Puissent ceux qui s'engagent dans les mauvais chemins vers les royaumes inférieurs obtenir les dix vertus,

གུན་གྱང་ཚེ་རིང་མཚན་ཐོས་དགེ་གྱུར་ཅིག

kün kyang tse ring tsen tö ge gyür chig
Xin cho người bị kiềm chế thoát ra và đạt được tự do toàn hảo,
May those controlled by others gain perfect independence,
Puissent ceux, contrôlés par les autres, gagnent l'autonomie parfaite,

འདི་ནས་ཤི་འཕོས་གྱུར་ཚེ་སངས་རྒྱས་ཀྱི། །

di ne shi pö gyür tse sang gye kyi
Và mọi chúng sinh sống thọ, nghe được hồng danh Ngài và tạo nhân lành.
And all have long life, hear the names and be virtuous.
Puissent tous avoir de longue vie, entendre ces noms et être vertueux.

ཞིང་དེར་པདྨོ་ལས་སྐྱེས་ཡོན་ཏན་རྫོགས། །

zhing dir pedmo le kye yong ten dzog
Và khi chúng con lìa đời, xin nguyện vãng sanh về cõi Phật của Ngài,
trong đoá hoa sen, đầy đủ hạnh nguyện,
And when we pass away from this life, May we be born from lotus in that Buddha-field, qualities complete,
Au moment de quitter cette vie, puissions-nous naître d'un lotus dans cette terre de Bouddha, dotés de qualités complètes,

མངོན་མཁྱེན་རྒྱལ་པོ་ལ་སོགས་རྒྱལ་རྣམས་ཀྱི། །

ngön kyen gyal po la sog gyal nam kyi
Và để trở thành cổ xe hoằng hoá Giáo Pháp của chư Thế Tôn,
Become a vessel for transmission of the Teachings of Conquerors,
Devenir un vaisseau de la transmission des instructions des Conquérants,

བཀའ་ལུང་གནོད་ཅིང་མཉེས་པར་བྱེད་གྱུར་ཅིག

ka lüng nöd ching nye par jed gyür chig
tôn xưng là đấng Tối Thượng Trí Tuệ Vương Như Lai
và như thế, làm cho Ngài hoan hỷ.
Such as Ngon Kyen Gyel Po and cause them delight.
tels que Roi de la Sagesse Suprême et les enchanter ainsi.

7. BẠT GIÀ PHẠM MINH VƯƠNG BẢO QUANG LƯU LY CHÂU NHƯ LAI.
BHAGAVAN ILLUSTRIOUS KING WITH THE BRILLIANCE OF A LAPIS LAZULI JEWEL.
BHAGAVAN L'ILLUSTRE ROI AVEC UNE BRILLANCE DE JOYAU LAPIS-LAZULI.

[chöm den de de zhin sheg pa dra chöm pa yang dag par dzog
pi sang gye men gyi la ben düryi öd gyi gyal po la chag tsel lo
Trước đấng Thế Tôn Như Lai Tam Miệu Tam Bồ Đề Minh Vương Bảo Quang
Lưu Ly Châu Như Lai, đệ tử quỳ xin đánh lễ,
To the Bhagavan Tathagata Arhate Samyak Sambuddha Illustrious King
with the Brilliance of a Lapis Lazuli Jewel, I prostrate,
Devant le Bhagavan, Tathagata, Arhat, Eveillé Parfait Suprême, l'Illustre
Roi avec une Brillance de Joyau Lapis-Lazuli, je me prosterne,
(Tib: Men Gyi La Ben Dur Yay O Kyi Gyel Po Sanskrit: Bhaisajyaguru)

chöd do kyab sü chiö] (1,3,7 x)
cúng dường và quy y. (1,3,7x)
offer and go for refuge. (1, 3, 7x).
fais des offrandes et je prends refuge. (1, 3, 7x).

kü dog ngön po chog jin chag gya chen
Thân lam sắc, tay bắt ấn ban truyền tối thượng,
Color blue, with mudra of granting the supreme,
De couleur bleu, dans le moudra d'accorder le suprême,

chü nyi mön drüb tsog nyi pal gyi jid
Thành tựu mười hai lời nguyện, oai nghi với hai tích lũy rạng ngời,
Accomplished twelve prayers, majestic with two accumulations' glory,
Accompli douze prières et majestueux avec les deux accumulations glorieuses.

བེ་ཌཱུརྻ་སྣང་ཞིང་གི་དཔལ་གྱུར་པའི། །

ben dürya nang zhing gi pal gyür pi
Đấng Vinh Quang của Phật quốc Lưu Ly Quang,
Glorious One of the Buddha-field Lapis Light,
Le Glorieux détenteur de la terre de Bouddha Lumière de lapis lazuli,

སྨན་པའི་རྒྱལ་པོ་དེ་ལ་ཕྱག་འཚལ་ལོ། །

men pi gyal po de la chag tsel lo
Trước đấng Y Vương Như Lai, đệ tử quỳ xin đảnh lễ.
I prostrate to the King of Doctors (Men Pay Gyel Po).
Je me prosterne devant le Roi de la Médecine.

ཐུགས་རྗེས་ཀུན་ལ་སྙོམས་པའི་བཅོམ་ལྡན་འདས། །

tü je kün la nyöm pi chöm den de
Đấng Thế Tôn Như Lai với lòng từ bi phổ độ khắp chúng sinh,
Bhagavan with equal compassion for all,
Bhagavan dont la compassion est égale pour tous,

མཚན་ཙམ་ཐོས་པས་ངན་འགྲོའི་སྡུག་བསྔལ་སེལ། །

tsen tsam tö pe ngen droï düg ngal sel
Khi nghe hồng danh của Ngài, mọi khổ đau ba nẻo ác đều tiêu tan,
Whose name, when just heard, dispels lower realms' suffering,
Dont le nom, dès qu'on l'entend, élimine les souffrances des royaumes inférieurs,

དུག་གསུམ་ནད་སེལ་སངས་རྒྱས་སྨན་གྱི་བླ། །

düg sum ned sel sang gye men gyi la
Xua tan mọi bệnh tật và tam độc,
Dispeller of disease and the three poisons,
Celui qui chasse la maladie et les trois poisons,

བེ་ཌཱུརྻ་ཡི་འོད་ལ་ཕྱག་འཚལ་ལོ། །

ben dürya yï öd la chag tsel lo
Trước đấng Dược Vương Lưu Ly Quang Như Lai, đệ tử qùy xin đảnh lễ.
I prostrate to Medicine Buddha Lapis Light.
Je me prosterne devant le Bouddha de la Médecine
de Lumière Lapis Lazuli.

དངོས་བཤམས་གཟུངས་རིག་མོས་སྟོབས་ཀྱིས་སྤྲུལ་པའི། །

ngö sham züng rig mö töb kyï trül pi
Đệ tử tích tụ các phẩm vật cúng dường, hiện bày và quán tưởng.
I make all collections of offerings, actually arranged and emanated,
Je présente toutes les collections d'offrandes, réellement arrangées et
émanées.

མཆོད་ཚོགས་ཀུན་འབུལ་སྡིག་ལྟུང་ཐམས་ཅད་བཤགས། །

chöd tsog kün bül dig tüng tam ched shag
Qua oai lực của thần chú, thiền định và nguyện hạnh,
Through force of mantra, samadhi and aspiration,
Par la force des mantras, du samadhi et de l'aspiration,

དགེ་ལ་ཡི་རང་བསྐུལ་ཞིང་གསོལ་བ་འདེབས། །

ge la yi rang kül zhing söl wa deb
Sám hối các điều phạm giới và các ác nghiệp, hoan hỷ tất cả các thiện nghiệp,
Confess all downfalls and negativities, rejoice in virtues,
Je confesse toutes mes fautes et négativités, je me réjouis de la vertu,

འདིས་མཚོན་དགེ་བ་བྱང་ཆུབ་ཆེན་པོར་བསྔོ། །

di tsön ge wa jang chüb chen por ngo
Cầu xin, khẩn nguyện, hồi hướng các công đức để đạt giác ngộ tối thượng.
Request, beseech, dedicate virtues such as these to great enlightenment.
Je fais la requête, supplie et dédie les vertue telles celles-ci au grand éveil.

རྒྱལ་བའི་མཚན་ཐོས་དྲན་བརྗོད་ཕྱག་མཆོད་མཐུས། །

gyal wi chen tö dren dzöd chag tsöd tü

Nhờ oai lực công đức nghe hồng danh của đấng Thế Tôn,
Through force of hearing the Conqueror's name,
Par la force d'entendre le nom du Conquérant,

བདག་ཅག་ལ་སོགས་སེམས་ཅན་གང་དང་གང་། །

dag chag la sog sem chen gang dang gang

Tụng hồng danh, nghĩ nhớ, đảnh lễ và cúng dường,
Expressing it, remembering, prostrating and offering,
de le prononcer, de nous en souvenir, de faire des prosternations
et des offrandes,

མཚན་དཔེས་མཛེས་ཤིང་འགྲོ་ཀུན་བདག་འདྲ་འགྱུར། །

tsen pe dze shing dro kün dag dra gyür

Xin nguyện cho mọi chúng sinh như chúng con,
May each and every sentient being such as ourselves all become,
Puissent chacun et tous les êtres sentants comme nous-mêmes,

འོད་ཀྱི་མུན་སེལ་ཤེས་རབ་ཐབས་མཁས་ཀྱིས། །

öd gyi mün sel she rab tab ge kyi

đều được trang nghiêm với các dấu hiệu và tướng quý
like myself, graced with marks and signs,
s'ennoblir des signes et des marques,

ལོངས་སྤྱོད་མི་ཟད་ལམ་ལོག་མེན་མོས་རྣམས། །

löng chöd mi zed lam log men mö nam

Xin cho ánh sáng xua tan niệm tăm tối và xin cho niềm hoan hỷ của
trí tuệ và các phương tiện thiện xảo không bao giờ dứt,
May light dispelling darkness and enjoyment of wisdom and
skillful means be inexhaustible,
Puissent la lumière qui dissipe les ténèbres, la jouissance de
la Sagesse et des moyens habiles être inépuisables,

ཐེག་ཆེན་ལམ་ཞུགས་སྟོམ་པས་མཛེས་གྱུར་ཅིང༌། །

teg chen lam zhüg döm pe dze gyür ching
Xin cho kẻ bị lôi cuốn vào nẻo sai và thấp kém được vào trong cửa đạo
And may those attracted to mistaken and lesser paths enter
Puissent ceux qui sont enclins à suivre des voies erronées et inférieures entrer

ཚུལ་འཆལ་གདུང་བྲལ་དབང་པོ་ཀུན་ཚང་ཞིང༌། །

tsül chal düng drel wang po kün tsang zhing
của Đại Thừa và tâm thức rực rỡ với các hạnh nguyện.
Mahayana paths and all be beautified by their vows.
dans les voies Mahayanistes et y resplendir de leurs voeux.

ནད་མེད་ཡོ་བྱད་འཕེལ་ཞིང་བུད་མེད་ཀྱི། །

ned med yö jed pel zhing büd med kyi
Xin cho chúng con thoát khỏi khổ đau gây ra do phạm giới, xin được có đầy đủ cảm quan, không bệnh tật và của cải dồi dào.
May we be free from pain caused by immorality, complete in faculties, without disease and have abundant goods.
Puissions-nous être libres de la souffrance causée par le manque d'éthique, être doté des facultés complètes, sans maladies et disposer de biens en abondance.

དངོས་པོས་སྐྱོ་རྣམས་རྟག་ཏུ་སྐྱེས་དབང་ལྡན། །

ngö pö kyo nam tag tü kye wang den
Xin cho kẻ bị mất tín tâm vì yếu đuối luôn có được các cảm quan mạnh mẽ.
May those disillusioned with weaker conditions always have stronger faculties. Puissent ceux désillusionnés par une constitution faible être toujours puissants.

བདུད་ཞགས་ལྟ་བ་ངན་ལས་གྲོལ་གྱུར་ཅིག །

düd zhag ta wa ngen le dröl gyür chig
Xin cho chúng con thoát khỏi tròng của Ma vương và các tà kiến.
May we be freed from Mara's noose and perverse viewpoints.
Puissions-nous nous être libéré du crochet de mara et des points de vue pervers.

རྒྱལ་པོས་མནར་རྣམས་བདེ་ཞིང་བཀྲེས་པའི་རྒྱུས། །

gyal pö nar nam de zhing tre pi gyü
Xin cho kẻ bị vua hành hạ đạt đến an lạc.
May those tormented by kings gain bliss.
Puissent ceux persécutés par les rois atteindre la félicité

སྡིག་པས་འཚོ་རྣམས་ཆོས་འབྱོར་ཟས་ཀྱིས་ཚིམ། །

dig pe tso nam chö jor ze kyi tsim
Còn những kẻ vì đói khát mà làm những tội ác,
And those who, out of hunger, support themselves through negativity,
Et ceux qui commettent des actes négatifs pour calmer leur faim,

ཚ་གྲང་ངལ་ཞི་བསམ་པ་ཡོངས་རྫོགས་ཤིང༌། །

tsa drang ngal zhi sem pa yöng dzog shing
Xin cho họ được no đủ cơm ăn lương thiện theo giáo Pháp.
Be satisfied with food received in accordance with Dharma.
Obtenir satisfaction de recevoir de la nourriture, tout en respectant le Dharma.

འཕགས་པ་དགྱེས་པའི་ཚུལ་ལྡན་གྲོལ་གྱུར་ཅིག །

pag pa gye pi tsül den dröl gyür chig
Xin cho gian khổ vì nóng và lạnh được an hoà,
May hardships of heat and cold be pacified,
Puissent les difficultés dûes au chaud et au froid s'apaiser,

འདི་ནས་ཤི་འཕོས་གྱུར་ཚེ་སངས་རྒྱས་ཀྱི། །

di ne shi pö gyür tse sang gye kyi
Và các nguyện ước lành được thành tựu,
And all good wishes fulfilled.
Les souhaits vertueux se réaliser et,

ཞིང་དེར་པདྨོ་ལས་སྐྱེས་ཡོན་ཏན་རྫོགས། །

zhing der pedmo le kye yŏng ten dzog
Trì giới hạnh làm hoan hỷ chư Hiền Thánh, xin cho chúng con giải thoát.
Endowed with morality pleasing the Aryas, may we be liberated.
par l'éthique qui plaît aux Aryas, puissions-nous être libérés.

སྨན་པའི་རྒྱལ་པོ་ལ་སོགས་རྒྱལ་རྣམས་ཀྱི། །

men pi gyal po la log gyal nam kyi
Và khi chúng con lìa đời, xin nguyện vãng sanh về cõi Phật của Ngài, trong
đoá hoa sen, đầy đủ hạnh nguyện, và để trở thành cỗ xe hoằng hoá Giáo Pháp
của đấng Thế Tôn như đấng Y Vương Như Lai,
And when we pass away from this life, May we be born from lotus in that
Buddha-field, qualities complete. Become a vessel for transmission of the
Teachings of Conquerors. Such as the King of Doctors (Men Pay Gyel Po),
Au moment de quitter cette vie, puissions-nous naître d'un lotus dans cette
terre de Bouddha, dotés de qualités complètes, Devenir un vaisseau de la
transmission des instructions des Conquérants, tels que Roi de la Medecine,

བཀའ་ལུང་ནོད་ཅིང་མཉེས་པར་བྱེད་གྱུར་ཅིག །

ka lüng nöd chid nye par jed gyür chig
và như thế, làm cho Ngài hoan hỷ.
and cause them delight.
et les enchanter ainsi.

8. BẠT GIÀ PHẠM THẾ TÔN THÍCH CA MÂU NI.
BHAGAVAN GLORIOUS CONQUEROR SHAKYAMUNI.
BHAGAVAN LE GLORIEUX VICTORIEUX SHAKYAMOUNI.

[tön pa chöm den de de zhin sheg pa dra chöm pa yang dag par dzog
pi sang gye pal gyal wa shakya tüb pa la chag tsel lo

Trước đấng Giáo Chủ Bạt Già Phạm, Tam Miệu Tam Bồ Đề,
Thế Tôn Thích Ca Mâu Ni Như Lai, đệ tử qùy xin đảnh lễ,

To the Founder Bhagavan Tathagata Arhate Samyak Sambuddha Glorious
Conqueror Shakyamuni. I prostrate, *(Tib: Pel Gyel Wa Sha Kya Tup Pa)*

Devant le fondateur, Bhagavan, Tathagata, Arhat, Éveillé Parfait Suprême,
le Glorieux Victorieux Shakyamouni. Je me prosterne,

chöd do kyab sü chiö] (1,3,7 x)

cúng dường và quy y. (1,3,7x)

offer and go for refuge. (1, 3, 7x)

fais des offrandes et je prends refuge. (1, 3, 7x)

ser gyi dög chen sa nön chag gya chen

Thân kim sắc, tay bắt ấn chỉ địa,

Golden in color with earth-pressing mudra,

De couleur or, faisant le moudra de toucher la terre,

med jüng tüg je tsön drü chen poï tü

Qua thần lực của đại từ bi vô song và đại tinh tấn,

Who, through force of unique great compassion and enthusiasm,

Celui qui, par la force de la grande compassion sans égale et de l'enthousiasme,

mi jed jig ten zhing gi pal gyür pi
Ngài đã đạt Vinh Quang Vô Úy Thế Gian, Ôi, trước đấng
Became the Glorious One of this, the Fearless World System,
est devenu le Glorieux Intrépide de ce Monde,

dren chog shakyi tog la chag tsel lo
Tối Thượng Sư Như Lai, Giáo chủ dòng Thích Ca, đệ tử quỳ xin đảnh lễ.
I prostrate O the supreme leader, Head of the Shakyas.
Je me prosterne devant vous, Ô guide suprême, le Chef des Sakyas.

tab ke tüg je shakyi rig trüng shin
Hạ sinh trong dòng Thích vì muốn sử dụng phương tiện thiện xảo và từ bi,
Born in the Shakya lineage out of skillful means and compassion,
Né dans la lignée des Shakyas dû aux moyens habiles et la compassion,

zhen gyi mi tüb düd kyid püng jom pa
Thế Tôn, bậc chiến thắng Ma Vương,
Unchallenged by others, conqueror of Mara's forces,
Incontesté, destructeur des forces de Maras,

ser gyi lhün po ta wür jid pi kü
Thân oai nghi như Núi Tu Di bằng vàng,
Body majestic as a golden Mount Meru,
Celui dont le corps est majestueux comme le doré Mont Mérou,

shakyi gyal po de la chag tsel lo
Trước đấng Thích Vương Như Lai, đệ tử quỳ xin đảnh lễ.
I prostrate to the King of the Shakyas.
Je me prosterne devant le roi des Shakyas.

ngö sham züng rig mö tob kyi trül pi
Đệ tử tích tụ các phẩm vật cúng dường, hiện bày và quán tưởng,
I make all collections of offerings, actually arranged and emanated,
Je fais toutes les collections d'offrandes, réellement arrangées et émanées,

chöd tsog kün bül dig tüng tam ched shag
Qua oai lực của thần chú, thiền định và nguyện hạnh,
Through force of mantra, samadhi and aspiration,
Par la force des mantras, du samadhi et de l'aspiration,

ge la yi rang kül zhing söl wa deb
Sám hối các điều phạm giới và các ác nghiệp, hoan hỷ tất cả các thiện nghiệp,
Confess all downfalls and negativities, rejoice in virtues,
Je confesse toutes mes fautes et négativités, je me réjouis de la vertu.

di tsön ge wa jang chüb chen por ngo
Cầu xin, khẩn nguyện, hồi hướng các công đức để đạt giác ngộ tối thượng
Request, beseech and dedicate virtues such as these to great enlightenment.
Je fais la requête, supplie et dédie les vertue telles celles-ci au grand éveil.

tön pa chog de do deï cho ga le
Cầu xin hộ trì cho chúng con và những kẻ không có Hộ Pháp,
Pray bless us and all beings who lack a protector,
Veuillez apporter votre bénédiction, à nous et à tous les êtres sans protecteur,

ji tar süng wi pön yön ma lüg pa
Để xin cho chúng con được nhận ngay bây giờ và không ngoại lệ,
To receive here immediately, without exception,
pour que nous recevions ici et maintenant sans exception,

dag chag gön med dro wa ta dag gi
Lợi ích của giáo pháp bởi đấng Tối Thượng Sư,
The benefits as taught by the Supreme Teacher,
Tous les bienfaits que le Maître Suprême a révélé,

deng dir tral dü top par jin gyi löb
Trong hành trì nghi lễ kinh Dược Sư Phật rộng lớn.
In the extensive Sutra Ritual of Medicine Buddha.
Dans le vaste Rituel de Soutra du Bouddha de la Médecine.

[ma rig mün sel drön me chog
Là tối thượng đăng, xua tan tăm tối của si mê,
Supreme lamp dispelling darkness of ignorance,
Lampe suprême qui dissipe les ténèbres de l'ignorance,

düg ngel ned sel men gyi pül
Thuốc cực lành chữa khỏi mọi khổ đau và bệnh tật.
Foremost of medicines alleviating suffering and disease.
Éminent remède qui soulage les souffrances et les maladies.

dam chö kön chög tam ched la
Trước toàn Pháp Bảo siêu việt,
To the entire sublime Jewel of Dharma,
Devant la totalité du joyau sublime du Dharma,

chag tsel chöd chid kyab sü chi] (1,3,7 x)
Đệ tử quỳ xin dâng lễ, cúng dường và quy y. (1,3,7x)
I prostrate, offer and go for refuge. (1, 3, 7x).
Je me prosterne, fais des offrandes et prends refuge. (1, 3, 7x).

ngö sham zūng rig mö töb kyi trül pi
Đệ tử tích tụ các phẩm vật cúng dường, hiện bày và quán tưởng,
I make all collections of offerings, actually arranged and emanated,
Je fais toutes les collections d'offrandes, réellement arrangées et émanées,

chöd tsog kün bül dig tüng tam ched shag
Qua oai lực của thần chú, thiền định và nguyện hạnh,
Through force of mantra, samadhi and aspiration,
Par la force des mantras, du samadhi et de l'aspiration,

ge la yid rang kül zhing söl wa deb
Sám hối các điều phạm giới và các ác nghiệp, hoan hỷ tất cả các thiện nghiệp,
Confess all downfalls and negativities, rejoice in virtues,
Je confesse toutes mes fautes et négativités, je me réjouis de la vertu,

di tsön ge wa jang chüb chen por ngo
Cầu xin, khẩn nguyện và hồi hướng các công đức để đạt giác ngộ tối thượng.
Request, beseech, dedicate virtues such as these to great enlightenment.
Je fais la requête, supplie et dédie les vertue telles celles-ci au grand éveil.

dam chö kön chög den pi jin lab kyi
Nhờ oai lực hộ trì của Thánh Pháp Bảo chân lý,
Through blessings of Holy Dharma Jewel's truth,
Par les bénédictions de la vérité du Joyau du Saint Dharma,

dag sog deng ne tse rab tam ched dü
Xin nguyện chúng con và các chúng sinh, ngay từ giờ, trong tất cả các kiếp,
May I and all others, henceforth, in all our lives,
puissent tous les êtres et moi-même, dès maintenant et dans toutes nos vies,

རྒྱལ་བ་ཀུན་གྱི་དམ་ཆོས་མ་ལུས་པ། །

gyal wa kün gyi dam chö ma lü pa
Hành trì tất cả giáo lý của chư Phật, trong toàn bộ,
Practice all Buddha's Teachings in their entirety,
Pratiquer la totalité des Enseignements de tous les Bouddhas,

རྒྱལ་བའི་དགོངས་པ་ཇི་བཞིན་བསྒྲུབ་གྱུར་ཅིག །

gyal wi gong pa ji zhin drüb gyür chig
Đúng như chư Phật đã mong chờ.
Exactly as the Buddhas intended.
Exactement tels que les Conquérants l'ont souhaité.

འཇམ་དཔལ་སྐྱབས་གྲོལ་ཕྱག་ན་རྡོ་རྗེ་སོགས། །

jam pal kyab dröl chag na do je sog
Hạnh nguyện tim óc của chư Thế Tôn đã được đưa ra bởi,
The Conquerors' heart commitments were invoked by thirty-six
Les engagement de coeur des Conquérants ont été invoqués par les trente-six

བདེ་གཤེགས་སྲས་པོ་སུམ་ཁྲི་དྲུག་སྟོང་གིས། །

de sheg se po sum tri drüg tong gi
ba mươi sáu ngàn đệ tử của chư Thiện Thệ,
thousand sons of Sugatas,
milles Fils des Sougatas,

རྒྱལ་བའི་ཐུགས་དམ་བསྐུལ་ཞིང་གླེང་བསླངས་ནས། །

gyel wi tüg dam kül zhing leng lang ne
Gồm Văn Thù Sư Lợi, Kyab Dröl, Kim Cang Mật Tích, khi được thỉnh cầu,
Including Manjushri, Kyab Dröl and Vajrapani and thus requested.
Incluant Manjoushri, Kyab Dröl et Vajrapani et autres encore,

མདོ་སྡེའི་ཕན་ཡོན་ཇི་སྐད་གསུངས་པ་རྣམས། །

do di pen yöng ji ked süng pa nam
Chư vị đã tuyên pháp lợi ích của bài Kinh này, và tất cả các điều đó.
They proclaimed this Sutra's benefits all of which.
qui, suite à cette requête, ont proclamé les bienfaits de ce soutra, tout cela.

དེང་འདིར་བདག་ལ་མངོན་དུ་འགྱུར་པར་མཛོད། །

deng dir dag la ngön dü gyür pa dzöd
Cầu xin chư vị thị hiện ngay bây giờ và tại đây.
Pray manifest for me here and now.
Priez de se manifester en moi, ici et maintenant.

འཇིག་རྟེན་སྐྱོང་བ་སྡེ་དཔོན་བཅས་པས་ཀྱང་། །

jig ten kyöng wa de pön che pe kyang
Và cả chư vị hộ pháp-Dạ Xoa Trưởng,
And worldly protector-Yaksha Leaders as well,
Protecteur mondain et chefs des yakshas,

སྔོན་ཚེ་སྟོན་པའི་སྤྱན་སྔར་ཞལ་བཞེས་བཞིན། །

ngön tse tön pi chen ngar zhel zhe zhin
Như là chư vị đã hứa trước chư Tôn Sư quá khứ,
As you promised to do before previous Teachers,
comme vous l'avez promis devant les maîtres du passés,

དགྲ་དང་གནོད་པ་ནད་རིམས་བཟློག་པ་དང་། །

dra dang nöd pa ned rim dog pa dang
Ngăn chặn kẻ địch, giết hại và dịch tễ,
Stop enemies, harmers and epidemics,
Arrêtez les ennemis, les forces nuisibles et les épidémies,

ཐབས་རྩོད་ཀུན་ཞི་ལུས་སེམས་བདེ་བ་རྒྱས། །

tap tsöd kün zhi lü sem de wa gye
An hoà mọi tranh chấp và tăng trưởng an lạc thể xác và tinh thần,
Pacify all conflict and increase physical and mental bliss,
Pacifiez tous les conflits, développez la félicité du corps et de l'esprit,

ལོངས་སྤྱོད་དབང་ཕྱུག་ནོར་འབྲུ་ཚེ་འཕེལ་ཞིང༌། །

löng chö wang chüg nor drü tse pel shing
Gia tăng của cải, năng lực, tiền tài, mùa màng và thọ mạng,
Increase wealth, power, property, crops and lifespan,
Accroissez les richesses, le pouvoir, les biens, les récoltes et la durée de vie,

བསམ་པའི་དོན་རྣམས་ཡིད་བཞིན་འགྲུབ་པ་དང༌། །

sem pi dön nam yid zhing drüb pa dang
Thành tựu các mục đích như nguyện ước,
Accomplish desired goals as we wish,
Exaucez nos souhaits selon nos désirs,

རྟག་ཏུ་བསྲུང་སྐྱོབས་གཡེལ་བ་མེད་པར་མཛོད། །ཅེས།

dag dü süng kyob yel med par dzöd
Và luôn che chở chúng con không bao giờ ngừng.
And always protect us without break.
Et protégez-nous constamment, sans faillir.

ཨོཾ་ན་མོ་བྷ་ག་ཝ་ཏེ། བྷཻ་ཥ་གུ་རུ་བཻཌཱུརྻ་པྲ་བྷ་ར་ཛཱ་ཡ། ཏ་ཐཱ་ག་ཏཱ་ཡ། ཨ་ཪྷ་ཏེ་སམྱཀ྄་སཾ་བུདྡྷཱ་ཡ།

om na mo bha ga wa te, be kan dze ya gü rü be dü rya tra bha ra dza ya ta ta ga ta ya a ra ha te sam yak sam bü dha ya

ཏདྱ་ཐཱ། ཨོཾ་བྷཻ་ཥ་ཛྱེ་བྷཻ་ཥ་ཛྱེ། མ་ཧཱ་བྷཻ་ཥ་ཛྱེ་བྷཻ་ཥ་ཛྱེ། རཱ་ཛ་ས་མུད྄་ག་ཏེ་སྭཱ་ཧཱ།

ta ya ta Om be kan dze be kan dze ma ha be kan dze be kan dze ra dza sa müd ga te soha

ཞེས་གཟུངས་རིང་དང་ཡང་ན། ཏདྱ་ཐཱ། ཨོཾ་བྷཻ་ཥ་ཛྱེ་བྷཻ་ཥ་ཛྱེ། མ་ཧཱ་བྷཻ་ཥ་ཛྱེ་བྷཻ་ཥ་ཛྱེ། རཱ་ཛ་ས་མུད྄་ག་ཏེ་སྭཱ་ཧཱ།

Ta ya ta Om be kan dze be kan dze ma ha be kan dze be kan dze ra dza sa müd ga te soha

ཞེས་གཟུངས་ཐུང་ཅི་མང་བཟླས་པར་བྱའོ། །མཇུག་བཏང་རྔ་གི་མཆོད་པ་མཆོད་བསྔོ་སྨོན་ཏེ་བརྗོད་པར་གསོལ་བ་ནི།།

བཀའ་དྲིན་མཉམ་མེད་རྩ་བའི་བླ་མ་དང་།

ka drin nyam med tsa wi la ma dang
Đấng Bổn Sư từ bi vô song,
Root Guru whose kindness is without equal,
Maître-racine dont la bienveillance est sans égale,

ཤཱཀྱའི་རྒྱལ་པོ་འཇམ་དབྱངས་ཞི་མཚོ་སོགས། །

shakyi gyal po jam yang zhi tso sög
Vua trong dòng Thích, Văn Thù, Tịch Hộ và còn nữa,
King of the Shakyas, Manjushri, Shantarakshita, and so on,
Roi des Shakyas, Manjoushri, Shantarakshita et tous encore,

ཟབ་མོའི་མདོ་འདི་ཕྱག་མཚན་བཞེས་པ་ཡི། །

zab moï do di chag tsen zhe pa yi
Tay cầm kinh thâm diệu này,
Holding in their hands this profound sutra,
Qui tenez dans les mains ce très-profond soutra,

དངོས་བརྒྱུད་བླ་མ་རྣམས་ལ་ཕྱག་འཚལ་ལོ། །

ngö gyüd la ma nam la chag tsel lo
Trước dòng truyền thừa chư tổ Bổn Sư, đệ tử qùy xin đảnh lễ.
To the direct and lineage Gurus I prostrate.
Devant les Lamas directs et de la lignée je me prosterne.

ཉམ་ཐག་འགྲོ་རྣམས་སྒྲོལ་བའི་ཐུགས་རྗེ་ཅན། །

nyam tag dro nam dröl wi tüg je chen
Trước đấng từ bi giải thoát chúng sinh đọa ác đạo,
To compassionate ones who liberate destitute beings,
Devant les grands compassionnés qui libèrent les êtres destitués,

བདེ་གཤེགས་བདུན་དང་ཐུབ་དབང་དམ་པའི་ཆོས། །

de sheg dün dang tüb wang dam pi chö
Bảy đấng Thiện Thệ, Phật Thích Ca Mâu Ni và Thánh Pháp,
Seven Sugatas, Buddha Shakyamuni and Holy Dharma,
les Sept Sougatas, Bouddha Shakyamouni et le Saint Dharma,

འཇམ་དཔལ་སྐྱབས་གྲོལ་གསང་བདག་ཚངས་དབང་དང་། །

jam pal kyab dröl sang dag tsang wang dang
Văn Thù, Kyab Dröl, Kim Cang mật Tích, Phạm Thiên và Đế Thích,
Manjushri, Kyab Dröl, Vajrapani, Brahma and Ishvara,
Manjoushri, Kyab Dröl, Vajrapani, Brahma et Ishwara,

gyal chen nöd jin nam la chag tsel lo
Và chư Maharajas cùng Dạ Xoa, đệ tử quỳ xin đảnh lễ.
And the Maharajas and Yakshas I prostrate.
les Maharajas et Yakshas je me prosterne.

ngö sham züng rig mö tob kyi trül pi
Đệ tử tích tụ các phẩm vật cúng dường, hiện bày và quán tưởng
I make all collections of offerings, actually arranged and emanated,
Je fais toutes les collections d'offrandes, réellement arrangées et émanées.

chö tsog kün bül dig düng tam ched shag
Qua oai lực của thần chú, thiền định và nguyện hạnh,
Through force of mantra, samadhi and aspiration,
Par la force des mantras, du samadhi et de l'aspiration,

ge la yi rang kül zhing söl wa deb
Sám hối các điều phạm giới và các ác nghiệp, hoan hỷ tất cả các thiện nghiệp,
Confess all downfalls, negativities, rejoice in virtues,
Je confesse toutes mes fautes et négativités, je me réjouis de la vertue.

di tsön ge wa jang chüb chen por ngo
Cầu xin, khẩn nguyện, hồi hướng các công đức để đạt giác ngộ tối thượng
Request, beseech, dedicate virtues such as these to great enlightenment.
Je fais la requête, supplie et dédie les vertue telles celles-ci au grand éveil.

KỆ DÂNG LỄ TẮM PHẬT – OFFERING AN ABLUTION
OFFRANDE D'UNE ABLUTION

trü kyi kang pa shin tü dri shim pa
(Quán tưởng) đền tắm Phật rất thơm tho,
(Visualize) a very fragrant washing house,
(Visualisez) une salle d'ablution parfumée,

shel gyi sa zhi sel zhing tser wa tar
sàn nhà dạ quang và băng pha lê lộng lẫy
with a luminous and glittering crystal floor,
composée d'un sol de cristal lumieux et scintilant

rin chen bar wi ka wa yid wong den
cột nhà tuyệt đẹp, chói rực châu báu,
beautiful pillars blazing with jewels,
et de splendides piliers brillants de joyaux,

mü tig öd chag la re dre pa der
màn phướn bằng ngọc trai sáng tỏa rạng.
a canopy of luminescent pearls spread out.
Un dais de perles luminescentes se déploie au dessu de nous.

ji tar tam pa tsam gyi ni   lha nam kyi ni trü söl tar
Lúc (Phật) đản sanh,   chư thiên xin dâng lễ tắm Phật tịnh khiết,
at the birth (of the Buddha),   the devas offered a bath of pure,
Au moment de la naissance (du Bouddha), les dévas offrirent une ablution d'eau, pure et

lha yi chü ni dak pa yi   de zhin dag gi kü trü söl
bằng nước lấy từ cõi thiên,   và cũng như thế, đệ tử xin dâng lễ tắm.
celestial water, just so,   I too offer a bath.
céleste, de la même manière, je vous offre aussi une ablution d'eau céleste.

om sar wa ta tha ga ta ah bhi she ka ta sa ma ya shri ye ah hung

pün tsog ge leg je we trün pi kü
Thân Ngài làm bằng mười triệu đức hạnh tối thượng và công đức,
To him, whose body is the product of ten million excellent qualities and virtues,
Celui dont le corps est le fruit de dix millions de vertus et perfections,

ta ye dro wi re kong wi süng
Khẩu, lời nói của Ngài thành tựu các kỳ vọng của vô lượng chúng sinh,
whose speech fulfills the hopes of limitless beings,
dont la parole satisfait les espoirs d'être sans nombre,

ma lü she ja ji zhin zig pi tüg
Ý của Ngài tri kiến bản tánh chân thực mọi sự vật nhận thức, không ngoại lệ:
whose mind sees the true nature of all that is knowable without exception:
dont l'esprit perçoit sans exception toutes les phénomènes, vraies telles qu'elles sont :

sha kyi tso wo de la kü trü söl
trước đấng giáo chủ dòng Thích Ca, đệ tử xin dâng lễ tắm.
to the leader of the Shakyas, I offer a bath.
au maître des Shakyas, j'offre l'ablution.

om sar wa ta tha ga ta ah bhi she ka ta sa ma ya shri ye ah hung

tüg je chen po de shek dor je chang
Trước đấng thiện thệ từ bi, Kim Cang Trì,
To the great compassionate sugata, Vajradhara,
À la grande compassion du Sugata Vajradhara,

chok zik te lo pa dang na ro pa
tri kiến tối thượng, Tilopa và Naropa,
to the superior vision, Tilopa and Naropa,
La vision supérieure de Tilopa et Naropa,

pal chok dom bhi pa dang ah ti sha
bậc vinh quang tối thượng Dombipa và Atisha,
to the glorious supreme Dombipa and Atisha,
La gloire suprêmes de Dhombhipa et Atisha,

nyam len jin lab gyüd la kü trü söl
trước dòng truyền thừa hành trì và hộ trì, đệ tử xin dâng lễ tắm.
to the lineage of practice and blessings, I offer a bath.
J'offre l'ablution à la Lignée des Pratiques Consacrés.

om sar wa ta tha ga ta ah bhi she ka ta sa ma ya shri ye ah hung

བྱམས་པ་ཐོགས་མེད་དབྱིག་གཉེན་རྣམ་གྲོལ་སྡེ། །

jam pa tog med yig nyen nam dröl de
Trước đức Di Lặc, Vô Trước, Thế Thân, Vimuktisena,
To Maitreya, Asanga, Vasubandhu, Vimuktisena,
À Maitreya, Asanga, Vasubandu, Vimuktisena,

མཆོག་སྡེ་དུལ་བའི་སྡེ་དང་གྲགས་པའི་དཔལ། །

chog de dül wi de dang drak pi pal
Paramasena, Vinitasena, Shantarakshita, Haribhadra,
Paramasena, Vinitasena, Shantarakshita, Haribhadra,
Paramasena, Vinitasena, Shantarakshita, Haribhadra,

སེང་བཟང་ཀུ་སུ་ལི་གཉིས་གསེར་གླིང་པ། །

seng zang kü sa kü nyi ser ling pa
Đại Kusali, Tiểu Kusali và Suvarnadvipa:
Kusali the elder, Kusali the younger and Suvarnadvipa:
Kusali l'aîné, Kusali le cadet et Suvarnadvipa :

རྒྱ་ཆེན་སྤྱོད་པའི་བརྒྱུད་ལ་སྐུ་ཁྲུས་གསོལ། །

gya chen chöd pi gyüd la kü trü söl
trước dòng truyền thừa Phổ Đại Trì Giới, đệ tử kính dâng lễ tắm.
to the lineage of vast and extensive conduct, I offer you a bath.
j'offre l'ablution à la Lignée de la Conduite Exhaustive.

ཨོཾ་སརྦ་ཏ་ཐཱ་ག་ཏ་ཨ་བྷི་ཥེ་ཀ་ཏ་ས་མ་ཡ་ཤྲི་ཡེ་ཨཱཿ་ཧཱུྃ། །

om sar wa ta tha ga ta ah bhi she ka ta sa ma ya shri ye ah hung

འཇམ་དབྱངས་ཡོད་མེད་ཕྱོགས་འཇིག་ཀླུ་སྒྲུབ་དང༌། །

jam yang yöd med chog jig lü drüb dang
Trước đức Văn Thù, Long Thọ, phá tà hiển chánh trong Có và Không,
To Manjushri and Nagarjuna, destroyer of views of existence and non-existence,
À Manjushri et Nakajurna, destructeur des points de vue sur l'existence et la non-existence,

da wa drag pa rig pi kü jük che
trước tổ Nguyệt Xứng, Đại Vidyakokila,
to Chandrakirti, Vidyakokila the elder,
À Chandrakirti, Vidyakokila l'aîné,

sang gye gong kyong pag pa yab se sog
và chư hiền thánh tổ đã bảo tồn ý chỉ chư Phật:
and the other noble sons who protect the intent of the Buddha:
et les autre fils nobles [de l'Arya Nagarjuna] qui protègent les intentions du Bouddha,

zab mo ta wi gyüd la kü trü söl
trước dòng truyền thừa Tri Kiến Thâm Diệu, đệ tử xin dâng lễ tắm.
to the lineage of the profound view, I offer a bath.
j'offre l'ablution à la Ligné de la Vision Profonde.

om sar wa ta tha ga ta ah bhi she ka ta sa ma ya shri ye ah hung

shed drüb dam pi chog nga ah ti sha
Trước tổ Atisha, bậc sư tối thượng về giáo lý truyền khẩu và các pháp môn hành trì,
To Atisha, supreme master of the oral instructions of teachings and their practice,
À Atisha, le maître suprême des instructions sur les enseignements et la pratique,

ka dam ten pi me po drön tön je
trước Dromtonpa, vị tổ giáo lý dòng Kadam,
to Dromtonpa, forefather of the Kadam doctrine,
À Dromtonpa, grand-père de la doctrine Kadam,

nel jor nam zhi kü ched sum la sög
trước ba vị huynh đệ, bậc sư của bốn phái du già:
to the three brothers, master of the four yogas:
aux trois frères, maître des quatres yogas :

ka dam la ma nam la kü trü söl
trước toàn chư tổ bổn sư dòng Kadam, đệ tử xin dâng lễ tắm.
To all the Kadam gurus, I offer a bath.
J'offre l'ablution à tous les gurus Kadam.

om sar wa ta tha ga ta ah bhi she ka ta sa ma ya shri ye ah hung

gang chen shing ti söl jed tsong kha pa
Trước tổ Tống Lạt Ba, Ngài đã tái tạo truyền thống Mật thừa tại Tây Tạng,
To Tsongkapa who established the tradition for the vehicle in Tibet,
À Tsong Khapa qui a établi la tradition pour le véhicule au Tibet,

ngö töb rig pi wang chüg gyal tsab je
trước bậc tôn kính Gyeltshap, biện chứng pháp vương đầy uy lực,
to the venerable Gyeltshap, lord of the power of logic,
Au Vénérable Gyeltshap-Je, maître de la logique puissante,

མདོ་སྔགས་བསྟན་པའི་བདག་པོ་མཁས་གྲུབ་རྗེ། །

do ngag ten pi dag po ke drüb je
trước bậc tôn kính Khedrup, bậc sư của các giáo lý hiển và mật tông,
to the venerable Khedrup, master of the doctrines of sutra and tantra,
Au Vénérable Khedroup-Je, maître des des doctrines des soutras et des tantras,

ཡབ་སྲས་བརྒྱུད་པར་བཅས་ལ་སྐུ་ཁྲུས་གསོལ། །

yab se gyüd par che la kü trü söl
trước dòng truyền thừa (liên tục) chư thầy tổ, đệ tử xin dâng lễ tắm.
to the lineage of (successive) fathers and sons, I offer a bath.
J'offre l'ablution à la lignée (successive) des pères et des fils.

ཨོཾ་སརྦ་ཏ་ཐཱ་ག་ཏ་ཨ་བྷི་ཥེ་ཀ་ཏ་ས་མ་ཡ་ཤྲི་ཡེ་ཨཱཿཧཱུྃ། །

om sar wa ta tha ga ta ah bhi she ka ta sa ma ya shri ye ah hung

རྩ་བརྒྱུད་བླ་མ་རྣམས་ལ་སྐུ་ཁྲུས་གསོལ། །

tsa gyüd lama nam la kü trü söl
Đệ tử dâng lễ tắm lên chư vị Bổn Sư dòng truyền thừa,
I offer a bath to the root and lineage gurus,
J'offre l'ablution aux maîtres racines et la lignée des gurus,

ཡི་དམ་ལྷ་ཚོགས་རྣམས་ལ་སྐུ་ཁྲུས་གསོལ། །

yi dam lha tsog nam la kü trü söl
Đệ tử dâng lễ tắm lên chư vị Hộ Phật,
I offer a bath to the meditational deities,
J'offre l'ablution à toutes les déités méditationelles,

དཔའ་བོ་དཔའ་མོ་རྣམས་ལ་སྐུ་ཁྲུས་གསོལ། །

pa wo pa mo nam la kü trü söl
Đệ tử dâng lễ tắm lên chư vị thiên nam và thiên nữ,
I offer a bath to the male and female dakas,
J'offre l'ablution à tous les Dakas et Dakinis,

chö kyong sung ma nam la kü trü söl
Đệ tử dâng lễ tắm lên chư vị hộ pháp và thủ hộ,
I offer a bath to the dharmapalas and guardians,
J'offre l'ablution à tous les protecteurs du Dharma et aux gardiens.

om sar wa ta tha ga ta ah bhi she ka ta sa ma ya shri ye ah hung

de dag kü la tsung pa med pi gö
Đệ tử xin lau khô thân chư vị với các vải lụa tế nhuyễn nhất,
I am drying all your bodies with the finest,
Je sèches vos corps avec des étoffes, les plus délicates,

tsang la dri rab gö pe ku chiö
sạch sẽ và thơm tho.
cloth, clean and fragant.
propres et parfumées des arômes les plus fines.

om hung tram hrih ah ka ya bi sho dha na ye so ha

töng sum kün tü dri nged tang wa yi
Đệ tử xoa nước hương thơm trên thân sáng chói của chư Mâu Ni,
I anoint the dazzling bodies of the Munis,
J'enduis les corps brillants des Munis,

དྲི་མཆོག་རྣམས་ཀྱིས་ཐུབ་དབང་རྣམས་ཀྱི་སྐུ། །

dri chog nam kyi tub wang nam kyi kü
- Tỏa rạng nước bóng như là vàng ròng -
- As dazzling as burnished, refined gold -
- Aussi brillant que poli, comme de l'or rafiné -

གསེར་སྦྱངས་བཙོ་མ་ཇི་དོར་བྱེད་པ་ལྟར། །

ser jang tsong ma ji dor jed pa tar
Với nước ướp hương thơm chọn lọc,
With the choicest fragrances,
Avec le choix des fragrance les meilleures,

འོད་ཆགས་འབར་བ་དེ་དག་བྱུག་པར་བགྱི། །ཞེས་པས་སྐུ་ཕྱུག

öd chag bar wa de dag jug par gyi
Mà hàng tỷ thế giới xin cúng dường.
The billion worlds have to offer.
Que les millards de mondes désirent offrir.

སྲབ་འཇམ་ཡངས་བ་ལྷ་ཡི་གོས། །མི་ཕྱེད་རྡོ་རྗེའི་སྐུ་བརྙེས་ལ། །

seb jam yang wa lha yi gö   mi ched dor jeï ku nye la
Từ lòng tín tâm không thối chuyển, đệ tử xin dâng áo Thiên Y
– mềm dịu, nhẹ, pha lê – lên chư vị,
Out of my unceasing faith, I offer celestial robes
- soft, light, Diaphanous - to you,
Par la force de ma foi incessante, j'offre des robes célestes
- soyeuses, légères et Diaphane cristallines - à vous,

མི་ཕྱེད་དད་པས་བདག་འབུལ་ན། །བདག་ཀྱང་རྡོ་རྗེའི་སྐུ་ཐོབ་ཤོག །ཅེས་པས་རྒྱན་ཕུལ།

mi ched ded pe dag bül na,   dag kyang dor jeï kü töb shog
đã đạt được Thân Kim Cang Bất Hoại. Và xin cho chúng con cũng
sẽ đạt được thân kim cang này.
who have achieved, The indestructible vajra body, May I, too,
gain the vajra body.
qui avez réalisé, L'indestructible corps vajra. Puissé-je moi aussi
obtenir ce corps vajra.

gyal wa tsen peï rang zin gyen den chir
Vì thân đấng Thế Tôn đã tự nhiên trang nghiêm đầy tướng qúy,
Because the Victors are naturally adorned,
Puisque les Victorieux sont naturellement parés

gyen zhen dag gi gyen par mi tsal yang
Với các dấu hiệu tôn qúy, Chư vị không cần trang sức thêm,
With the marks and signs, They have no need of other ornaments,
des marques et signes, ils n'ont besoin d'aucune autres ornementations.

rin chen gyen chog pül we dro wa kün
Nhưng đệ tử vẫn xin dâng lên các châu báu và trang sức đẹp nhất, và
But I offer the best of jewels and ornaments
Malgré cela, j'offre les meilleurs joyaux et ornementations,

tsen pe gyen pi ku lü töb par shog
Nguyện cho mọi chúng sinh cũng đạt được thân tự nhiên đầy đủ tướng qúy.
So that all beings may obtain A body with these self-same marks.
Afin que tous les êtres puissent obtenir un corps parée de ces même marques.

dag dang dro la tug tseï chir
Vì chư Thế Tôn Như Lai từ bi thương xót mọi chúng sinh như chúng con.
Because the Bhagavans love.
Puisque les Bhagavans aiment tous les être et moi-même.

nyid kyi dzü trül tü yi ni   ji sid chöd pa dag gyid na
Qua thần lực của chư vị, đệ tử xin thỉnh nguyện chư vị,
All beings and myself, I ask you to remain, Through your magic powers,
Je vous demande de demeurer, Par la force de vos pouvoirs magiques,

དེ་སྲིད་བཅོམ་ལྡན་བཞུགས་སུ་གསོལ། །

de sid chom den zhüg sü söl
Trụ thế khi chúng con vẫn luôn cầu nguyện cúng dường đến chư vị.
As long as I still make offerings to you.
aussi longtemps que je continue de vous faire des offrandes.

ས་གཞི་སྤོས་ཀྱིས་བྱུགས་ཤིང་མེ་ཏོག་བཀྲམ། །

sa zhi pö kyi jug shi me tog tram
Mặt đất (của mạn đà la) này rải đầy hoa
The ground (of the mandala) is strewn with flowers.
Cette terre (de ce mandala) est parsemée de fleurs,

རི་རབ་གླིང་བཞི་ཉི་ཟླས་བརྒྱན་པ་འདི། །

ri rab ling zhi nyi de gyen pa di
và thơm ngát hương trầm, trang nghiêm với núi Tu Di,
and scented with fragances, it is adorned with Mount Meru,
parfumée d'encens avec fragances, ornée du Mont Mérou,

སངས་རྒྱས་ཞིང་དུ་དམིགས་ཏེ་འབུལ་བར་ཡིས། །

sang gye zhin dü mig te bül war yi
bốn đại lục, mặt trời và mặt trăng,
the four continents, the sun and the moon,
des quatre continents, du soleil et de la lune,

འགྲོ་ཀུན་རྣམ་དག་ཞིང་ལ་སྤྱོད་པར་ཤོག །

dro kün nam dag zhing la chöd par shog
xin dâng (mạn đà la này) lên các cõi Phật quán tưởng, và xin nguyện cho mọi chúng sinh hoan hỷ thọ nhận cảnh giới thanh tịnh này.
by offering (this mandala) to the visualized Buddha fields, may all livings being enjoy this pure realm.
et en étant une offrande (de ce mandala), à la terre de Bouddha visualisée. Puissent tous les êtres jouir de cette terre pure.

ཨི་དཾ་གུ་རུ་རཏྣ་མཎྜལ་ཀཾ་ནིརྻཱ་ཏ་ཡཱ་མི། །

I DAM GU RU RATNA MANDELA KAM NIYATA YA MI

SÁM HỐI - CONFESSIONS

ཨ་འབྱོར་བ་དང་ཉམས་པ་དང་། །གང་ཡང་བདག་རྨོངས་བློ་ཡི་ནི། །

ma jor wa dang nyam pa dang   gang yang dag möng lo yi ni

Tất cả những ác nghiệp do đệ tử tạo ra hoặc xúi giục người khác làm, vô tình hay cố ý tạo

Whatever I have done or caused to be done, That was unprepared or degenerated or

Tout ce que j'ai pu faire ou dont j'en étais la cause, qui était inapprêté ou dégénéré ou encore

བགྱིས་པ་དང་ནི་བགྱིད་རྩལ་གང་། །དེ་ཡང་བཟོད་པར་མཛད་དུ་གསོལ། །

gyi pa dang ni gyid tsal gang   de yang zöd par dzed dü söl

hay làm ra do tâm phiền não thúc đẩy, Kính xin chư vị kiên nhẫn từ niệm.

done with my deluded mind, Please be patient with all of these.

accompli avec un esprit affligé, Veuiller être patient envers tout cela.

དུས་དན་སེམས་ཅན་བསོད་ནམས་དམན། །མ་རིག་ཉོན་མོངས་དང་འདྲེས་པ། ᵈ

ü ngen sem chen söd nam men   ma rig nyön möng dang dre pa

Tất cả các ác nghiệp trong thời mạt pháp tạo ra bởi chúng sinh thấp kém, Trộn lẫn với phiền não si mê

Whatever done by degenerate age beings of lesser merit, Mixed with ignorant delusions,

Tout les agissements des êtres des temps dégénérés, au mérite inférieur Combiné aux afflictions mentales ignorantes,

འཕགས་པའི་ཐུགས་དགོངས་མ་རྫོགས་པ། །དེ་ཡང་བཟོད་པར་མཛད་དུ་གསོལ།།

pag pi tüg göng ma dzog pa   de yang zöd par dzed dü söl

không thành tựu theo nguyện ước của chư vị Thánh Trí. Kính xin chư vị cũng kiên nhẫn từ niệm.

which did not fulfill the Aryas' wishes.   Please be patient with these as well.

qui ne comblent pas les souhaits des Aryas. Soyez patient envers cela aussi.

སེར་སྣའི་དབང་གྱུར་མི་མཁས་པས། །མཆོད་པ་ངན་ཞིང་བཤམས་ཉེས་པ། །

ser ni wang gyür mi ke pe   chöd pa ngen zhing sham nye pa

Bị chế ngự bởi bỏn sẻn, không biết hành trì, Hoặc đã cúng dường đồ bất tịnh hay không biết bày biện bàn thờ,

Under influence of miserliness, lacking in skill, Having made bad offerings or faulty arrangements,

Sous l'influence de l'avarice, manquant d'habileté, Ayant fait de mauvaises offrandes ou des arrangements incorrects,

མགོན་པོ་ཐུགས་རྗེ་ཆེ་ལྡན་པ། །དེ་ཡང་བཟོད་པར་མཛད་དུ་གསོལ། །

gön po tüg je che den pa   de yang zöd par dzed dü söl

Ôi đấng Hộ Pháp đầy lòng từ bi, Kính xin chư vị cũng kiên nhẫn từ niệm.

O Protector endowed with great compassion, Please be patient with these as well.

Ô protecteurs doués de grande compassion, Soyez patient envers cela aussi.

བག་མེད་སྤྱོད་པ་མ་དག་པས། །མདོ་ལས་བྱུང་བའི་ཆོ་ག་བཞིན། །

bag med chöd pa ma dag pe   do le jüng wi cho ga zhin

Vô tình bất tịnh phạm giới hạnh, phạm những gì bị cấm, hay sai lầm

Unconscientious impure behavior, whatever is forbidden or mistaken

La conduite impure et inconsidérée, tout ce qui est interdit ou erroné

མ་ཕྱོགས་འཁྲུལ་བ་ཅི་མཆིས་པ། །དེ་ཡང་བཟོད་པར་མཛད་དུ་གསོལ། །

ma chog trül wa chi chi pa   de yang zöd par dzed dü söl

không theo đúng nghi lễ hành trì theo Kinh, Kính xin chư vị cũng kiên nhẫn từ niệm.

according to the ritual coming from Sutra, Please be patient with these as well.

selon un rituel provenant d'un Soutra, S'il vous plaît, face à cela aussi, soyez patient.

ལྷག་པ་དང་ནི་ཆད་པ་དང་། །ཆོ་གའི་ཡན་ལག་ཉམས་པ་དང་། །

lhag pa dang ni ched pa dang   cho gi yan lag nyam pa dang

Những gì hành trì dư thừa hoặc bỏ sót, Hoặc hành trì sai một phần của nghi lễ,

Whatever was superfluous or left undone, Degeneration in parts of the ritual,

Tout ce qui a été superflu ou inachevé, les dégénérescences partielles du rituel,

བདག་གིས་བརྗེད་དན་ཅི་མཆིས་པ། །དེ་ཡང་བཟོད་པར་མཛད་དུ་གསོལ། །

དེས་རྟེན་བཞུགས་དང་། མེད་ན་གཤེགས་སུ་གསོལ་བ་ནི།

dag gi jed ngen chi chi pa   de yang zöd par dzed dü söl

Hay là những gì đệ tử đã bỏ quên, Kính xin chư vị cũng kiên nhẫn từ niệm.

Or whatever it was that I have forgotten, Please be patient with these as well.

Ou tout ce que j'ai pu oublier, S'il vous plaît, face à cela aussi, soyez patients.

CẦU CHƯ PHẬT TRỞ LẠI
REQUESTING TO RETURN – REQUÊTE DE REVENIR

ཁྱེད་ཀྱིས་སེམས་ཅན་དོན་ཀུན་མཛད། །རྗེས་སུ་མཐུན་པའི་དངོས་གྲུབ་སྩོལ། །

kye kyi sem chen dön kün dzöd   je sü tün pi ngö drüb tsöl

Chư vị ban cho chúng sinh thành tựu các nguyện ước, và truyền chánh pháp đạt quả,

You enacted all aims of sentient beings, and bestow appropiate attainments,

Vous avez comblé tous les buts des êtres sentants et vous avez accordé les réalisations appropriées,

སངས་རྒྱས་ཡུལ་དུ་གཤེགས་ནས་ཀྱང་། །སླར་ཡང་བྱོན་པར་མཛད་དུ་གསོལ། །ཞེས་བརྗོད་བྱ།

sang gye yül düg sheg ne kyang   lar yang jon par dzed du sol

Mặc dù chư vị trở về Phật quốc, Kính xin trở lại mai sau.

Although you depart to the Buddha land,   Please return again later.

Bien que vous quittez pour les Terres Pures des Bouddhas, Veuillez revenir plus tard.

KỆ BAN PHÉP LÀNH – AUSPICIOUS VERSE – VERSET D'AUSPICES

སྐྱེས་མའི་འགྲོ་ལ་ཐུགས་རྗེ་ཉི་མའི་འོད། །

nyig mi dro la tüg je nyi mi öd
Chúng sinh như đom đóm, còn bảy vị Bạt Già Phạm Như Lai
Sentients beings are like sediments, and the seven Bhagavan Tathagatas
Les êtres sentants sont comme des sédiments et les sept Bhagavan Tathagatas

ཆེས་ཆེར་རབ་འབར་བཅོམ་ལྡན་བདེར་གཤེགས་བདུན། །

che cher rab bar chom den der sheg dün
chói rạng sáng ngời, từ bi của chư vị như là ánh mặt trời,
twinkle very brightly, their compassion are like sun rays,
scintillent très brillamment, leur compassion est tels les rayons du soleil.

སྨོན་ལམ་གསུང་བ་དོན་ཀུན་འགྲུབ་པ་སོགས། །

mön lam süng wa dön kün drub pa sog
Xin nguyện cho các nguyện hạnh của chư vị thành tựu và hơn nữa,
May all their prays be realized and so on,
Puissent toutes leurs prières s'accomplir et ainsi de suite.

རྫོགས་པའི་སངས་རྒྱས་རྣམས་ཀྱི་བཀྲ་ཤིས་ཤོག །

jog pi sang gye nam kyi tra shi shog
Xin cho phép lành đến cùng chư vị Phật giác ngộ.
May all be auspicious for the perfectly enlightened Buddhas.
Que tout soit auspicieux pour les Bouddhas parfaitement éveillé.

ཐོས་པ་ཙམ་གྱིས་སྲིད་ཞིའི་སྡུག་བསྔལ་ལས། །

tö pa tsam gyi sid zhi dü dal le
Chỉ cần nghe tụng kinh Dược Sư thâm diệu tinh túy và thù thắng.
Simply by hearing the profound and victorious essence of medicinal.
Le simple fait d'entendre la profonde et victorieuse essence.

རྣམ་པར་སྒྲོལ་ནུས་ཟབ་དང་རྒྱ་ཆེ་བའི། སྙིང་པོ་སྨན་གྱི་མདོ་སྡེ་བརྒྱད་བརྒྱ་པ། །

nam par drol nü zab dang gya che wi nying po men gyi do de gyed gya pa

108 bài kinh giải thoát tất cả luân hồi đau khổ, Xin nguyện cho phép lành
108 sutras liberates all cyclic rebirth sufferings, May all be auspicious for
médicinale des 108 livres des soutras libère de toutes les souffrances des renaissances cycliques. Puisse tout être auspicieux pour

གསུང་མཆོག་དམ་པའི་ཆོས་ཀྱི་བཀྲ་ཤིས་ཤོག །

sung chog dam pi cho kyi tra shi shog

đến với pháp âm thanh tịnh và trân qúy.
the pure and precious sound of dharma.
le pur et précieux son du Dharma.

ཞུ་གསོལ་བསྲུང་སྐྱོབ་མཛད་པའི་སེམས་དཔའ་ཆེ། །

zhü sol sung kyob dzed pi sem pa che

Xin cầu nguyện chư Bồ Tát, Thanh Văn, Hộ Pháp mười phương,
All Bodhisattvas, Hearers and Guardians of all directions,
Tous les bodhisattvas, les Auditeurs, les Gardiens des directions,

ཉན་ཐོས་ཕྱོགས་སྐྱོང་གནོད་སྦྱིན་སྡེ་དཔོན་སོགས། །

nyam tö chog kyong nöd jin de pön sog

chư tài thần và tất cả chư vị khác hộ trì che chở chúng con khi thỉnh cầu.
the deities of wealth and others, please protect us when requested.
les déités de richesse et les autres, lorsque sollicités,

ཆོས་དུས་ཡུན་དུ་འཕེལ་ཞིང་གནས་བྱེད་པའི། །

chö dü yün dü pel zhing ne jed pi

Xin nguyện cho Phật pháp tăng trưởng và trụ thế vĩnh viễn bất diệt,
May dharma be increased and dwells without extinction,
Veuillez nous protégez. Puisse le dharma s'accroître et demeurer,

དགེ་འདུན་འདུས་པའི་བཀྲ་ཤིས་ཤོག །

ge dün dü pi chog kyi tra shi shog.
Xin nguyện phép lành đến cùng toàn thể Tăng già.
May all be auspicious for the Sangha Assembly.
sans s'éteindre. Puisse tout être auspicieux pour l'assemblé de la Sangha.

Cách đọc âm Tây Tạng

Bảng chỉ dẫn cách đọc âm Tây Tạng sau đây không nhằm mục đích mô phỏng chính xác âm Tây Tạng sang chữ viết la mã. Nó chỉ được nhằm mục đích đơn thuần để giúp đỡ người đọc phát âm và trì tụng kinh theo chữ Tây Tạng. Những thí dụ sau đây sẽ giúp cho người đọc dễ phát âm hơn.

Phonetic equivalences used

The method of phonetic transcription used in this text does not reproduce identically the Tibetan script in a roman alphabet. It is to be used as a guide to assist a non Tibetan person in reading and reciting. Here are some exemples.

Équivalences phonétiques utilisées

Le système de transcription phonétique utilisé dans ce texte ne vise pas à reproduire identiquement la langue tibétaine en caractères romains mais plutôt à faciliter la lecture et la prononciation d'un non-tibétain. Voici des exemples.

ཀ	ka		ཐ	ta
ཁ	ka		ད	da
ག	ga		ན	na
ང	nga		པ	pa
ཅ	cha		ཕ	pa
ཆ	cha		བ	ba
ཇ	ja		མ	ma
ཉ	nya		ཙ	tsa
ཏ	ta		ཚ	tsa

ཛ་	dza	ར་	ra
ཝ་	wa	ལ་	la
ཞ་	zha	ཤ་	sha
ཟ་	za	ས་	sa
འ་	a	ཧ་	ha
ཡ་	ya	ཨ་	ah

Hồi Hướng

Nguyện Bồ Đề Tâm trân qúy,
Phát sinh tăng trưởng nơi chưa có,
Thêm kiên cố ở nơi đã phát sinh ,
Và mãi mãi tăng trưởng viên mãn.

Nguyện đem công đức này,
Hướng về khắp tất cả,
Đệ tử và chúng sinh,
Đều trọn thành Phật đạo

Dedication

May the supreme jewel mind of bodhicitta,
That has not arisen, arise and grow,
And may that which has arisen not diminish,
But increase more and more

Dédication

Puisse l'esprit de la bodhicitta, ce joyau suprême,
Se cultiver et s'accroitre là ou il n'est pas encore manifesté,
Et puisse ce qui s'est développé ne pas diminuer,
Mais s'accroitre encore et encore.

VIỆN PHẬT HỌC
DREPUNG LOSELING INSTITUE - TEXAS

11510 S. Garden St. Houston, TX 77071
Tel. (832)-599-1888

www.ingramcontent.com/pod-product-compliance
Lightning Source LLC
LaVergne TN
LVHW081543060526
838200LV00048B/2197